Íslenski draumurinn

Guðmundur Andri Thorsson

Íslenski draumurinn

skáldsaga

Mál og menning
Reykjavík 1991

Jón Sigurðsson, forseti, standmynd, sem steypt er í eir,
hér stöndum við saman, í myrkrinu, báðir tveir.

Steinn Steinarr: Eir

Kápa: Ingibjörg Eyþórsdóttir
Ljósmynd á uppábroti: Laufey Helgadóttir
Setning: GAT
Umbrot, filmuvinna, prentun og bókband:
Prentsmiðjan Oddi hf.

ISBN 9979-3-0294-1

Þetta gerist allt í hausnum á mér

ÉG MAN hvernig alltaf geislaði af honum þegar hann talaði og hvernig allt eins og slokknaði þegar hann hafði þagnað, brosið hvarf og blik augnanna hætti að streyma í allar áttir og varð aðeins mjór geisli sem boraði í það sem fyrir varð, dofnaði hægt og dó. En á meðan hann talaði var allt ljós í kringum hann og hreyfing, hann glennti út fingurna og þyrlaði þeim, hringsneri handleggjunum í stórum og markvissum dýfum, geiflaði sig og bjó til stóra skúlptúra í loftinu af einkennilegum mönnum eða dýrum eða stelpum, atvikum kannski – einhverju. Hann gat lýst öllu með þessum skúlptúrum og andlitsgeiflum og slitróttu tali, en hann sagði ekki sögur, hann var ekki einn af því fólki, frásagnirnar hjá honum höfðu ekki lokalínu og þegar hann sagði manni frá einhverju sem einhver hafði sagt fylgdi gjarnan setningin: Æ ég veit það ekki en það var bara svo fyndið *hvernig* hann sagði það . . .

Og það var svo fyndið hvernig hann sagði það. Ég hló alltaf með honum vegna þess að ég vissi alveg hvernig hinn hafði sagt það og ég sagði við hann: Já ég veit alveg hvernig þú ert að meina – og ég vissi það. En það var ekki þetta sem dró mig að honum heldur ljósið sem streymdi frá honum þegar hann var upptendraður. Og kannski var ég ekkert frekar að hlæja að því sem hann hafði verið að reyna að lýsa þegar ég hló með honum, kannski vorum við bara að hlæja að öllu, bara að espast, lifa, skynja, hrífast – fyllast lífi og hrífast, ég veit það ekki, ég var alltaf að fá hlutdeild í öllu þessu lífi og ljósi sem umlukti hann stundum þegar hann var upptendraður og ég taldi mér þá trú um að ég ætti slíkt líka til inni í sjálfum mér, einhvers staðar djúpt kannski, ég veit það ekki, við vorum vinir, það var allt og sumt.

Ég man þetta:

Ég sat í sófanum og hann í stólnum og hann hafði séð hund eða kall eða önd sem hann lýsti og lék; hann var alltaf að líkja eftir lífi, hann tók eftir því alls staðar og hann reyndi að miðla því til annarra: Hei! hvað er þetta? – og svo gekk hann um höggvandi loftið eins og dúfa og reyndi að framkalla einhver búrrd-hljóð. Hann hermdi eftir ketti að hnerra. Hann sagði manni frá augnkrækjum Egils án þess að muna að maður var sjálfur að lesa bókina í sama bekk og hafði heyrt kennarann fara í þetta atvik. Hann tók gítarsóló. Hann tók orgelsóló. Hann var söngvarinn og tók rokur; hann var heimsmeistari í hástökki, hann var róni. Hreyfingar hans voru stórar og markvissar og röddin lá hátt eins og hann væri ekki alveg kominn í mútur, hann æpti alltaf. Hann var sífellt að miðla manni eigin kenndum og reynslu, sagði frá stelpum og sénsum og emjaði á meðan af frygð, kreisti með stórum lúkum ímyndað hold sem kannski var loftið tómt, kannski bara púðinn manns, en ævinlega hold sem hann hafði snert eða átti eftir að snerta. Það hvarflaði ekki að honum að kannski væru þessar ítarlegu og ljóslifandi lýsingar manni ekki einskært ánægjuefni þar sem maður sat í sófanum og neri hnjákollana og umlaði eitthvað um að jú jú, það hlyti að vera gaman að koma við brjóstin á henni, vissulega væru þau snotur að sjá. Snotur að sjá! hrópaði hann þá upp yfir sig: Frábært! Þetta er frasi maður! Síðan hnoðaði hann púðann sem var orðinn handbolti og hann sjálfur Geir Hallsteinsson og henti honum í mig sem var bara einhver Markmaður Júlíusson og varði ekki; svo húkti hann á stólbríkinni, leiður á mér og umræðuefninu og sjálfum sér og öllu og mændi svörtum augum um stund á bókahillu uns hann rauk á fætur, hjó fingrunum í svartan hárlubbann, tók bók og lagði hana frá sér á vitlausan stað, og aðra og myndina af mömmu og lagði hana frá sér á vitlausan stað, tók gítarinn minn og hringlaði um stund á hann einhverja gripaleysu, tók bók, tók púða og lagði þetta allt frá sér jafnóðum á vitlausan stað, leiður og hafði slökkt á sér.

Og kveikti svo á sér: Hei froskur! Hrikalega heyrði ég fyndið orð í dag – *lúðulaki*. Þessi náungi er sko lúðu-laki, segir maður um svona algjöran dela. Hefurðu heyrt þetta? Kannastu við þetta! – Hann gat tönnlast á orðum sem hann hélt að væru sjaldgæf og stórkostleg, en voru það ekki: Mannvitsbrekka! Tindabikkja! Sjálfrennireið! Tannsápa . . . Hann lagði sig eftir orðum eins og *óhemju* og *gífurlega*, smjattaði á þeim: Mikið ó-*hemju* er þessi stúlka gííííifurlega snotur að sjá . . . Þetta er frasi!

Allir þessir frasar. Tal hans var aldrei til neins. Ræða hans hafði ekkert markmið, hún var svo algjörlega og eindregið út í loftið; hann beitti ekki orðunum markvisst til þess að sviðsetja sjálfan sig eins og við hinir, hann var bara að bulla. Hann var bara að furða sig á veröldinni, bara að gleyma sér og þess vegna var svo skemmtilegt að vera með honum. Sögurnar sem enginn vissi hvenær voru búnar eða um hvað snerust yfirleitt, því þær voru bara frasar, sagði hann ekki til þess að afla sér vinsælda og áhrifa þótt hann væri sjálfhverfur og áhugalaus um vandamál annarra en sjálfs sín – þær snerust ekki einu sinni um hann sjálfan. Hann var nægilega öruggur með sjálfan sig til þess að þurfa ekki að segja sögur sem enduðu á: En þá sagði ég bara . . . Hann var ekki einn af því fólki. Hann var góður náungi hann Kjartan og í nokkur ár hittumst við á hverjum degi kvölds og morgna og síðar meir þegar fundir tóku að strjálast og jafnvel einskorðast við þungbúnar síðdegissetur á raunalegum krám gátum við algjörlega gleymt því að dagurinn dunaði regnþungur fyrir utan og tilvera okkar var ekki samtvinnuð á þann hátt sem til hafði staðið og æskilegra hefði verið; okkur tókst alltaf að láta sem svo að allt það skipti ekki máli meðan hann sagði frá og miðlaði lífi og ég hlustaði; og þegar hann fór að hringja heyrði ég í rödd hans þennan hljóm sem var skær eins og þar sem hann sæti og talaði væri ljós, eins og það streymdi ennþá, líka þegar hann hringdi og sagðist liggja í baðinu, ég veit það ekki, við vorum fóstbræður, það var allt og sumt.

***

Ég var Hrafn, hann var Kjartan – ég var í músík og hélt ég væri skáldefni, hann var Kjartan og ætlaði sér eitthvað sem ég veit ekki enn hvað var. Hann var hávaxinn og breiðvaxinn með mikið og þykkt svart hár. Augun voru svört og nefið langt, beint og hvasst; hann var langleitur. Ég var meira skolleitur, með nef að vísu og munn og eyru og augu og allt hitt en ekkert af því sætti beinlínis tíðindum. Ég gæti allt eins sagt frá því að ég hafi haft holufyllingar í jöxlunum eins og að fara að segja frá útliti mínu – en ég var alltaf að hugsa um tónlist og skáldskap. Ég spilaði á píanó og orti ljóð. Hann hafði að vísu fáránlegan hæfileika til að muna einkennislög úr hasarþáttum sjónvarpsins og sagði stundum upp úr þurru: Hei, manstu hvaða lag þetta er, da-ra-ra-ra-radada? og ég sagði: Nei, en kannast þú við þetta, ra-ta-tattí-ta? – en ég varð ekki var við að hann hlustaði á tónlist af ástríðu, ég varð aldrei var við að hann hefði ástríðu til annars en sjálfs sín og sinna eigin gerða. Hann sagði: Heyrðu! og ég sperrti eyrun. Ég sagði: Hérna . . . og hann gleymdi sér. Hann talaði hátt á mannamótum eða þagði grafkyrr eða skimaði í kringum sig, var í sífelldu samspili við umhverfið og stjórnaði því samspili sjálfur; ég sneyddi hjá því samspili, brosti flóttalega ef svo fór að einhver leit til mín, var á svipinn eins og ég hefði einmitt verið að hugsa eitthvað ljótt um viðkomandi. Hann var samviskusamur að læra, gat meira að segja reiknað og var þessi almenni sjöari, ég hélt að ég væri eitthvert séní og þurfti alltaf að taka haustpróf.

Hann var myndarlegur. Hann var prúður. Hann var hávaðasamur. Hann var villtur. Hann fór í einhvern jakka og hann fór honum. Buxur, frakki, trefill – allt fór honum. Ég fór í smart föt og þau fóru mér ekki, ekki einu sinni ósmart föt. Hreyfingar hans voru hægar og letilegar og þrungnar orku og spennu – ég rykktist til. Hann var útskeifur. Ég var innskeifur. En árin liðu og án þess að ég tæki eftir því var ég einn góðan veðurdag farinn að hreyfa mig hægt og yfirvegað og ganga útskeifur og standa beinn í baki og brosa rólega og jafnvel farinn að taka til máls í hópi, jafnvel farinn að horfast óflöktandi í augu við stúlkur, jafnvel farinn að kæra mig kollóttan um allt í kringum mig. Það var honum að þakka. Mér fannst það vera honum að þakka þegar bólurnar hurfu úr andlitinu á mér og það tognaði úr mér, ég þakkaði honum alltaf þessa eðlilegu þróun. Þegar ég fór ósjálfrátt og án þess að vita af því að leika hann þá fann ég sjálfan mig, þá stækkaði ég.

***

Við vorum einhvers konar hópur sem hittist í frímínútum og fórum saman á bíó á kvöldin eða á völlinn eða húktum einhvers staðar heima hjá einhverjum. Við hrifumst af bókum og bíómyndum og hátimbraðri rokkmúsík; við hrifumst af stelpum og hugmyndum og glæsilegum stangarskotum. Við aðhylltumst byltingar. Við héldum með einhverjum liðum, hver sínu, án þess að meina það en þó hálft í hvoru í alvöru. Við vorum bara hópur sem hending hafði leitt saman, við vorum ekki kynslóð. Við vorum bara strákar og við fundum hver hjá öðrum vanmátt og styrk. Við stóðum gjarnan álútir í hálfhring og sögðum u-u með hendur ýmist í úlpuvösum eða krepptar um pípur og vorum allir á svipinn eins og við værum einmitt mennirnir sem segðu alltaf færri og færri orð. Við hlógum ekki væri okkur sjálfrátt, það hnussaði í okkur. Það var yfirvegað kæruleysi yfir okkur og hver hafði sér til ágætis nokkuð: Ég átti góðar græjur, Steindór átti bílhræ, Egill þekkti kenningar Maós og Skugga, Palli kunni að vera með. Svo breyttumst við í einhvern veginn öðruvísi stráka á vellinum eða bíó, en þetta var samt ævinlega þannig að hver og einn sá ekkert nema sjálfan sig berstrípaðan á almannafæri. Allir vorum við að reyna að koma okkur upp svipmóti og sérkennum sem við sóttum hver til annars, svo að fyrir bragðið urðum við allir eins en ekki hver með sínu móti, ekki fyrr en kannski á kvöldin þegar við vorum tveir og tveir saman – þá urðum við að Palla og Agli og Hrafni og Steindóri; en þegar dagaði aftur og skólinn tók við með raunveruleika sínum tók við óraunveruleikinn, leikritið, hinn brúnaþungi hálfhringur, hnussið, glottið, hið ótrausta öryggi og angistarfulli hálfkæringurinn.

En Kjartan. Hann var ekki svona, allt virtist honum auðvelt. Hann var einn af okkur en hann skimaði alltaf með óþreyju út fyrir hópinn. Hann stóð kyrr og hnarreistur meðan við hinir grúfðum okkur ofan í pípurnar okkar. Í kennslustundum sátum við niðursokknir í að æfa af kappi ýmis tilbrigði af eiginhandaráritun, nema Kjartan sem hafði furðu mótaða rithönd, rétt eins og hann hefði fæðst með sjálfan sig á hreinu. Það var meira að segja óljóst hvort hann taldi sig kommúnista eins og við hinir, sem var fáheyrt. Hann var náttúrlega með, hann var nytsamur sakleysingi, og var jafn þögull og aðrir þegar við sátum þungbúnir á kvöldin og hlustuðum á Sóleyjarkvæði, sem olli að vísu deilum, því einn okkar, Egill, sem var ekki aðeins kommúnistinn marxistinn lenínistinn byltingarsinninn í hópnum heldur líka úr Vestamannaeyjum og var því Týrarinn í hópnum, sagði að allt þetta helvítis korríró og þambara bambara úbba úbba væri í rauninni heimsvaldasinnuð list. Við hinir þóttumst meira almennt séð marxistar, án þess að hafa lesið nokkuð eða skilið nokkuð, án þess að hafa ánetjast kerfunum hugmyndalega, þetta var óljós afstaða, óljóst en raunverulegt hatur á *þeim*, þetta var stíll, form, klæðnaður – það sem skipti öllu var að eiga hlutdeild í stórri fylkingu hins ákveðna greinis sem aðgreindi hópinn frá öllum öðrum. Við vorum -arnir. Við héldum þá að við værum kynslóð. Við héldum að þetta snerist allt um skynsemi og ef okkur tækist að pakka einhverjum heimdellingi í frímínútum væri einhvers konar sigur unninn, einhverju hefði verið skilað fram á veg. Við leystum upp hálfhringinn stundum og fórum um í flokki og létum ófriðlega, skimandi eftir andstæðingum og héldum að við værum sjö samúræjar. Tímunum saman ræddum við þessi fræði án þess að vita nokkuð um þau; sögðum að Jónsi, þessi langi með Lennon-gleraugun og skeggið í fjórða bekk, segði að Mandel segði að Trotský segði að Lenín segði að Marx segði og þá hnussaði í Agli sem vitnaði á móti í það að frændi sinn segði að Maó segði að Stalín segði að Lenín segði að Marx segði . . .

Nema Kjartan. Hann virtist ekki vita til þess að neinn segði neitt, nema þá helst hann sjálfur, hann hafði mótaðar skoðanir rétt eins og mótaða rithönd, en tók aldrei þátt í þessum margföldu endursögnum upp alla virðingarröð kirkjufeðranna. Þegar þær upphófust setti hann hljóðan og hann fór að bora augunum í vegg.

Það var eitthvað sem hann vildi en við vissum ekki hvað það var. Við skynjuðum það eflaust en hugsuðum ekki um það. Hann talaði lítið um áform sín og enginn hafði hugsun á að spyrja hann um þau. Við spurðum ekki um áform. Framtíðin var ekki til í okkar augum sem framhald nútíðar. Hún var bókstafur. Hún var önnur vídd. Við vissum ef til vill í leynum hugans að við myndum stíga inn í hana þegar fram liðu stundir en enginn okkar vissi hversu skjótt það yrði og hversu afdrifaríkt og hversu grimmt.

***

Hann hét Kjartan og hann var Sigurðsson og okkur fannst öllum að hann væri góður náungi. Það var gott að vera nálægt honum; hann var skemmtilegur félagi. En mér var samt ekki alltaf um það að allir heyrðu til okkar þegar við vorum að tala saman vegna þess að hann gat átt það til að eyðileggja samúræja-ímynd okkar með því að tala svolítið hátt. Frásagnir hans útheimtu visst næmi. Það var alveg tiltekið andrúmsloft sem þær kveiktu. Þær gátu virst fíflalegar ókunnugum og ónæmum. Hann gleymdi sér. Hann skynjaði ekki þagnir, heyrði þær ekki eins og ég heyrði þær. Hann virtist ekki gera sér grein fyrir því að rjúfi maður þögn er maður að hasla sér völl með orðum sínum; stundum vorum við í kaffi hjá einhverjum sem voru svona fólk sem framkallar mikla og þrungna þögn í kringum sig og hann fór þá að tala, hátt. Og hlátur hans gat vakið undrun og jafnvel vandlætingu því hann var svo ofsafenginn, það var svo mikið líf í honum, lífsþorsti, ákefð; þetta voru mest soghljóð og sjálfur hláturinn kom seint og gusaðist fram og svo átti hann það til að tauta tilefni kætinnar með sjálfum sér lengi á eftir. Og fara aftur að hlæja, meðan maður svitnaði. Meðan allir svitnuðu. Maður var alltaf svolítið taugaóstyrkur nálægt Kjartani, einhvern veginn var maður alltaf að hugsa um hann, hversu margir sem voru nærstaddir og hversu frekir sem þeir voru til athyglinnar. Athygli manns var alltaf hálfbundin honum. Þegar hann var þögull og boraði augnaráði sínu í fjarlægan stólfót hafði maður áhyggjur af því hvort nokkuð væri að og hefði hann gleymt sér og væri farinn að segja stífu fólki frá hlægilegum dýrum eða köllum og bara svo fyndið hvernig hann sagði það, kveið maður því að sagan félli kannski ekki í kramið um leið og maður var ofurlítið steigurlátur yfir því að þekkja svona furðulegan sagnamann. Maður var alltaf hálfhræddur um að fólk væri að álíta hann Kjartan einhvern vitleysing jafnvel þótt manni fyndist hann vera svona góður náungi og gott að vera nálægt honum og hann langt frá því að vera nokkur vitleysingur. Maður var alltaf að hugsa um hann.

Þannig var hann. Það man ég. Hann hló svona og hann sagði frá. Og hann vildi eitthvað. Og nú þegar ég hími hérna í húminu, húki hér á sófabrún, sit í þessari stóru stofu sem þegir í þessu þögla húsi mínu við þetta kringlótta og endalausa glerborð með sökkkum kertastjaka og einhverjum emaleruðum kringlóttum öskubakka sem ég á víst og hef þetta fína tímarit opið fyrir framan mig með þessu viðtali við hann þar sem hann kemur til dyranna eins og hann hefur aldrei verið klæddur og mér verður hugsað til þessara ára þegar við vorum enn að kynnast og héldum samt að við þekktumst alveg og gátum enn hlegið saman að alls konar hlægilegum dýrum og rætt fram og aftur einhverjar stelpur sem voru snotrar að sjá og hann spáði í og þær spáðu í hann og ég las fyrir hann litlu andlausu ljóðin mín til þessara stelpna og hann sagði: Þú ert rosa skáld, þetta er virkilegt ljóð! og ég trúði honum og fannst hann umfram allt svo hreinskilinn vinur – þegar ég sit hérna á sófabrúninni og minnist þessara ára þá er því líkast sem gustur fari um mig, ég finn það, hægur gustur og ég heyri þrusk og mér finnst sem rykslæður svífi hægt frá gólfi við drungalegt traðk og þó er ég einn. Það veit ég. Þó er ég einn.

Það er innan í mér sem slæðurnar svífa og gráleit form lifna og staurar og styttur taka að stíga klunnalegan dans við ískur hljóma. Ég heyri þrusk en það er innan í mér, ég er einn, ég veit það, einhvers staðar langt og djúpt innan í mér eru hélugráir rangalar til afvikinna herbergja þar sem örlar á lífi og það er þaðan sem ég greini fjarlægt ískur hljóma og heyri hikandi takt í traðki líkneskjanna, það er ekki hér.

Hér er bara húm. Og kringlótt glerborð með gljáandi öskubakka og fáðum kertastjaka sem ég á víst. Og sófi og körfustólar. Þeir eru þrír. Bráðum kemur nóttin og með nóttinni kemur rigningin, ég veit það. Það er viskíflaska full upp að öxlum sem ég hlýt þá líka að eiga – það er glas með þiðnandi ísmolum. Ég er að drekka úr því og hlusta á hvernig molarnir hringla. Ég á það. Það eru hvítir veggir. Það eru gráar bókahillur. Það er mynd af afa. Það er símsvari á borðinu, halló. Og það eru svartir skuggar bak við stóra stólinn hans afa og þá á ég örugglega. Og ég er áreiðanlega einn því inni í rúmi sofa mæðginin. Á morgun skín sólin, því spáðu þeir. Hún skein líka í dag, en núna er bara húm og með nóttinni kemur rigningin. En á morgun fara þau í garðinn og láta sólina skína á sig. Gott hjá þeim, gaman að þessu. Ég held ég hins vegar sleppi því. Ég held ég sé ekkert að eiga við það. Ég er að hugsa um að hafa ekki sinnu á því.

Það er innan í mér sem staurar og styttur stíga dansinn, þetta gerist allt í hausnum á mér. Samt man ég sumt – ég man hvernig hann stóð aldrei kyrr heldur steig sífellt ölduna til hægri og vinstri og hvernig hann gat fyrirvaralaust hætt að éta upp hlæjandi það sem við sögðum og hætt að skima óþreyjufullur í kringum sig og farið að stara á punkt sem var hvergi og hlusta eftir hljóði sem var ekki. Ég man hvernig hann seildist í vasann sinn og laumaði upp í sig tópastöflu sem hann deildi aldrei með okkur hinum eins og tópasnautn væri honum heimullegur löstur. Ég man hvernig hann brá hendinni í dökkt og liðað hárið sem stundum var svart og liðaðist um grannan háls niður á breiðar axlir, hvernig hann rótaði í sveipum þess svo þeir lyftust og gljáðu. Og ég man eftir ljósinu sem skein allt í kringum hann þegar hann þyrlaði upp loftskúlptúrum og fánýtum frásögnum án upphafs, endis eða markmiðs, ég man hláturinn sem var mest andköf og svo kyrrð hans og svo ofsa hans á öðrum stundum og hvernig það var eitthvað sem hann vildi og hvernig það hvarflaði stundum að mér án þess að ég hugsaði nóg um það. Ég man líka það sem gerðist á þessum árum og átti eftir að gerast seinna, ég man golu á vanga, snjókorn í hálsmáli, bílljós í fjarska, sandkorn á gangstéttum, fugl, blautan haustsortann, sólina og auðvitað allt vatnið, ég man fólkið sem varð á vegi okkar og uppátækin og afglöpin og draumana, ég man drauminn, ég man ekki sumt – ég man allt.

Sigurðssonjónssonarjónssonar-sigurðssonar

Þetta gerist allt í hausnum á mér.

Ég sé þetta: Hann kemur gangandi upp hlíðina í átt að bænum, niðurlútur og hendur eru grafnar í buxnavösum, hann slórar, labbar í sveigum eins og hann sé hugsi, staðnæmist og svipast um, heldur svo áfram, nálgast. Hundur eltir, hleypur á undan og aftur til baka, og eltir í sveigum, eins og hann vilji bæði líkja sem nákvæmast eftir ferð mannsins og spá fyrir um hana. Regnúðinn kemur ekki að ofan, hann kemur ekki úr neinni átt, hann kemur ekki, heldur loðir við og umlykur og býr í fötum, húð og hári, hann er. Þokan er alls staðar, hún er ástand, hlutskipti: hér verður alltaf þoka, sólin mun aldrei framar skína – hún er þegar búin með skammtinn sinn þetta sumarið, er hann ef til vill að hugsa með ólund. Allt er þokugrátt, fjöllin í austri horfin, hlíðar og ásar og bugðótt áin, mjúk form hefur þokan strokið burt, það er allt svo grátt. Hann nálgast hægt, þykkt hár og svart slútir í væng yfir hvítu enni hægra megin, há kollvik. Hann er sautján ára en svipurinn er löngu mótaður, þó ekki vegna mikils persónuleika heldur af erfðum, þetta er forn svipur – hann fæddist veðurbarinn. Það vottar fyrir rauðum æðum á hvössum kinnbeinum. Augun blá eins og aðalbláber og hörkuleg undir tálguðu enninu, munnurinn breiður og lokaður, eins og af staðfestu. Hann er hár og grannur. Útlimirnir tálgaðir rétt eins og andlitið sem er ekkert nema lögunin. Hann er í mórauðri lopapeysu og samlitum buxum. Stígvélin gera hann hjólbeinóttan og útskeifan. Hann nálgast hægt.

Ég sé hann, þetta er Sigurður . . . Hann herðir gönguna þegar í hlaðið er komið. Rakkinn hnusar sig eitthvað burt. Hann sviptir upp hurðinni á bænum eins og hann sé að lýsa einhverju yfir. Hann fer úr stígvélunum á dimmum ganginum; úr loftinu hangir nakin pera sem hann hirðir ekki um að kveikja á. Fjósalyktin, kvöldkulið, hér ægir saman alls kyns drasli, ónýtum amboðum og brotnum og týndum barnagullum; hér svipast aldrei neinn um eftir neinu, hér er kirkjugarður fyrrum hagnýtra þinga, og væri þetta að gerast allt í hausnum á draumlyndum íslenskum rithöfundi frá miðri öldinni myndu raunalegar samræður vera að hljóðna núna milli hofmóðugs tvinnakeflis og alþýðlegs hrífuskafts. En þetta gerist allt í hausnum á mér og hann lítur ekki í kringum sig en fer úr peysunni og hengir hana upp innan um endalausa röð af gleymdum úlpum og peysum. Skyrtan er rauð, breið axlabönd svört, hann er langur og grannur, sterklegur en þó ekki þrekinn. Hann strýkur yfir blautt hárið, dæsir æjá og opnar inn í eldhús. Þar sitja þau.

***

Hann lá í laut við árbakkann þegar sólin skein fyrir stundu. Það var raki í sverðinum og þung lykt af bláberjalyngi og ilmreyr fyllti vit hans. Fugl tísti, fluga suðaði. Strá bærðist og ásar og lautir og hólar og fljótið sveigðist allt í mjúkum formum. Sólin skein um stund og stöðvaði tímann, það var ekki hægt að segja að hann liði, þetta var augnablik sem varði um eilífð og átti eftir að vitja hans hvað eftir annað á langri ævi, þótt hann tæki aldrei eftir því – hann komst bara stundum í einkennilegt skap eins og það væri eitthvað sem hann vildi.

Hann hlustaði á niðinn án þess að heyra hann. Það var eins og hann væri að hugsa með augunum því þau voru mjög blá þegar hann horfði út í fjarskann og við hlið hans lá hundurinn fram á lappirnar eins og í samúðarskyni, brúnu augun hans döpur og vitur: Seppi skilur allt. Í norðri fjöllin, blá eins og þau væru ekki til og í vestri óumflýjanleg skýin sem eftir skamma stund myndu líða yfir hann og breiða blauta voð tímans yfir hann og í austri fjöllin, blá eins og himinninn; í allar áttir hafið og löndin handan við sjónrönd þar sem strákar eins og hann voru að deyja og lifa með sæmd – í suðri bláminn.

Í suðri líknandi bláminn.

Blái blái bláminn.

Í suðri – þar var fyrir sunnan. Og fyrir sunnan þar voru hús og götur, þar var fólk. Þar voru athafnir. Þar voru bílar og fólkið réði því sjálft hvar það var í vinnu, það gat ef því sýndist verið að byggja hús, verið að keyra bíl, verið í skóla og það gat hætt því og farið að gera eitthvað annað – það gat vaknað á morgnana og verið sjálfs sín og það fékk peninga, það sá peninga; hverja einustu mínútu sem hann var hér að rolast var eitthvað nýtt og áður óþekkt og óútreiknanlegt að gerast fyrir sunnan og þegar það gerðist urðu til peningar. Hann sá sig í anda vakna og teygja úr sér og fara svo inn á sólríkt baðherbergið og pissa í geislandi klósettið. Hann sá sig kyssa geislandi gyðju. Hann sá sig uppi á stillans að byggja, í bíl að keyra. Hann sá sig á bíó. Hann sá sig dansa, ganga, vinna, tala í öðru umhverfi en hér.

Það var eitthvað sem hann vildi.

Hverja einustu mínútu sem hann var hérna var einhver annar fyrir sunnan að gera eitthvað.

Þar kom dagur sem var ólíkur gærdeginum.

Þar var fólk. Sumir urðu ríkir, aðrir voru dáðlausir, sumir dönsuðu og spiluðu, sumir drukku – en það var hreyfing á fólkinu, það gat valið sér veruleika sem var undir öðru en skýjafari kominn, mátað ýmis hlutverk, gert eitthvað nýtt, nýtt, nýtt – eitthvað nýtt. Þar var engin girðingavinna; engar endalausar viðgerðir á hlöðuþaki. Enginn flórmokstur, heyskapur, þrældómur kringum skepnur sem settu ennþá alla skilmálana þrátt fyrir allar þessar aldir; engin tinandi, tifandi og tautandi amma með þrálátt guðsorð og endalausa orðskviði á vör um dramb og fall og sjaldan og oft og margur og fár verður . . . og þýddi allt það sama og var allt innlegg í eilíft óútkljáða kappræðu við föður hans, landnámsmanninn: maður skyldi aldrei gera neitt, sögðu þessir orðskviðir, heldur rækta með sér þrælslund gagnvart þrúgandi aðstæðum, þakklæti fyrir sérhverja súld, fyrir fjötrana og þögnina og trosið og sílekt hlöðuþakið sem Drottinn hafði af rausn sinni og ósegjanlegri mildi skenkt manni; maður skyldi ekki einasta vera barn moldarinnar heldur einnig útataður alla daga í þeirri sömu mold og láta ekki af að hugleiða blóð þess manns sem fór upp á kross svo að maður sjálfur mætti lifa í eilífri sekt og útskúfun því dauðasökin var sú að vera yfirleitt til.

Er hann kannski að hugsa þegar hann segir æjá og stendur svo í eldhúsdyrunum og horfir á fólkið sitt sem allt fæddist með þennan veðraða svip, með þessar markaskrár í höfðinu og sljóu þrjósku í fasinu og stirðleika erfiðis í hreyfingum. Hann er Sigurðsson, Jónssonar, Jónssonar Sigurðssonar. Hvergi svo mikið sem hreppstjóri eða prestur í ættinni – ekki einu sinni skáld eða sauðaþjófur. Ekkert nema jónssonarjónssonarsigurðssonarjónssonar öld af öld alveg aftur að þeim skáldskaparpersónum sem allir Íslendingar rekja ættir sínar til: ættartaflan náði til Völsunga og svo Óðins sjálfs; ekki bara bókaþjóð, heldur þjóð ættuð úr bókum, skálduð þjóð.

En mamma hans stendur alveg óskálduð við eldavélina með bakið í hann: Pönnukökur. Eitthvað stendur til, hún snýr höfðinu þegar hann kemur inn og horfir á hann, móeyg, fínleg en luraleg, smá en sterk – hún horfir á hann sviplaus, án kennda, hann gæti verið hundurinn. Bróðir hans átta ára er á hnjánum uppi á stólkolli að myrða flugur í gluggakistunni. Systir hans tíu ára dinglar fótum á stól og rannsakar á sér vísifingurinn, þar er gómsætur hor. Amman er við eldhúsborðið og horfir á hann lítil og geðstirð og áminnandi, augun snörp í fyrrverandi andliti. Hann á von á málshætti á hverri stundu svo hann umlar eitthvað og flýtir sér inn í stofu. Þar eru gestir. Pönnsurnar.

Sæll, Sigurður, sæl, Sigurður, sæl, Sigurður, sæll, Sigurður. Sæll pabbi.

Úr því hann byrjaði neyðist hann til að fara hringinn og kynna sig. Og úr því hann kynnti sig neyðist hann til að fá sér sæti. Þetta er Jón, föðurbróðir hans sem hann hefur aldrei séð og Katrín konan hans og vinkona hennar Anna og hennar maður sem er rafvirki og heitir Sveinn. Jón fór suður fyrir mörgum árum og hann stundar sjóinn þar. Þau eru hvorki meira né minna en í bíltúr og komin alla leið hingað í heimsókn og bræðurnir rifja hamingjusamir upp sögur af öllum skrýtnum mönnum sveitarinnar og einkennilegum tilsvörum þeirra og rafvirkinn bætir við sögum úr sinni sveit, konurnar hlusta og hlæja en eru ekki í þessu leikriti, þetta er karlamenning; þetta eru sögur af íslenskum tilsvara-jónum og kokhreysti þeirra gagnvart yfirvaldinu sem þeir kveða alltaf í kútinn með orðinu *helvítis* – í öllum sögunum segja mennirnir helvítis þetta og helvítis hitt; það er með ólíkindum hversu mikil fyndni býr í þessu orði, sem er svo vogað og í stranglúthersku umhverfi. Þessar sögur eru um þá þjóðtrú að veruleikinn búi í orðinu, nóg sé að orða virðulegan hlut með óvirðingu til að ná einhvers konar valdi á veruleikanum, það nægi að orða eitthvað hetjulega til að vera hetja – en um leið vita sögumennirnir ofurvel að þessir blótkappar eru smælingjar og list sögumannsins felst í því að miðla þessum tvískinnungi með leiktilburðum: Þeir gera þá sem afkáralegasta í málrómi þegar helvítis-tilsvörin frægu koma, kverkmælta, úfmælta, holgóma og blæsta á allan hugsanlegan máta og tilsvörin gætu allt eins verið hjáræpuleg eins og stórbrotin. Og gætu líka verið stórbrotin fremur en hjáræpuleg. Það er í þessum hárfína tvískinnungi sem íslensk fyndni lifnar – það er verið að dárast með sjálfan grundvöll íslenskrar tilveru, þá trú að þú getir sjálfur skapað aðstæður þínar, skáldað líf þitt úr draumum.

Er hann ekki að hugsa, heldur ég – lifi íslensk fyndni. Hann Sigurður ungi heyrir naumast þessar sögur um gamla Hallgrím og þegar presturinn var fullur og kallinn galaði í miðri messu: *Er ekki helvítis guðsmaðurinn fullur!* og þegar vinnumaðurinn kvaðst á við kellinguna og endaði uppi í rúmi hjá henni og þegar og þegar – hann heyrir þær naumast en hann nemur þær samt og á eftir að segja þær seinna á ævinni við svipaðar kringumstæður, börnunum sínum og vinum þeirra – mér – og við heyrum þær ekki, en nemum þær samt og vitum innst inni að þær eru um okkur.

Hann heyrir þær ekki þessar sögur en hann virðist samt ákaflega hrifinn af þeim þar sem hann situr opinmynntur og opineygur og virðist drekka í sig hvert orð og hlær svo hástöfum að tilsvörunum. Hann er mjög hreinlyndur á svipinn og fölskvalaus og grunlaus um það hversu opinn hann er og auðlesanlegur. Það sem kemur honum í þvílíkt uppnám er að þau skuli vera í heimsókn. Hann beinlínis svitnar yfir því og kaffinu seinna þar sem kvenfólkið kemur til skjalanna og raktar eru ættir og maulaðar kleinur, pönnsur og marmarakaka. Þau eru í heimsókn. Þau geta valið að skreppa í heimsókn í sveitina ef þeim sýnist, og svo geta þau aftur farið suður að gera eitthvað þar, hugsar hann sennilega og veit ekki að hann er að horfa á rauðan kvenskó með háum hæl, krosslagða kálfa klædda í nælonsokka, svart pils, hvíta blússu, hendur með löngum fingrum sem enda spenntir í kjöltu. Blússan strengist um breiðar herðar, langur háls. Mjó haka. Rauður munnur hálfopinn en broslaus, efri vörin snýr mjög mikið upp og sú neðri slútir mjög mikið niður. Uppbrett nef. Farði. Jarpir hárlokkar í ótal flóknum sveigum og hafa sloppið undan blárri hárspennu sumir og streitast við það aðrir.

Augu.

Blá eins og suðrið, blá eins og hans. Hann strýkur yfir hárið. Blá eins og bláminn. Hann krossleggur lappirnar. Hann krossleggur lappirnar aftur. Anna. Hin synduga en skírlífa Anna allra bókanna sem hann hefur lesið og tengist vorleysingum, hljóðfæraslætti og forboðnum ástum . . .

Anna sem er að sunnan.

***

Ég er að reyna að sjá þetta:

Hann er að verða átján ára og hann á að taka við þessu og í kvöld er hann í uppnámi út af hversdagslegu fólki að sunnan. Þetta er myndarbýli, faðir hans hlýddi kallinu og djöflaðist og ólmaðist og heldur því áfram þar til hann hnígur niður eftir nokkur ár, rís svo upp og heldur áfram, hnígur svo niður. Hann er ekki hversdagslegur. Hann sagði óræktinni stríð á hendur og jók við fjárstofninn og fékk sér kýr, húsaði upp á nýtt og nú stendur til að ræsa fram mýrarnar á stórvirkari hátt en nokkurn hafði áður órað fyrir með skurðgröfum að sunnan. Hann stritaði þar til hann drakk sig fullan og kyrjaði ljóð, lá upp úr því innilokaður í skonsu og hlóð sig – birtist svo tvíefldur í stritið. Stríðsmaðurinn var landnámsmaður, fæddur aldamótaárið sem var árið núll. Allt þurfti að gera frá grunni; það var engu líkara en allir þessir jónssonarjónssonarsigurðssonarjónssonarjónssonar hefðu aldrei verið til, þetta væri ónumið land, hér hefði enginn verið áður. Samt höfðu þeir búið hér á Bjarnarstöðum í Efridal mann fram af manni frá því einhvern tímann á steinöld; sonur tók við af föður og byrjaði upp á nýtt og náði að skapa sér eitthvað sem hann gat kallað líf áður en hann dó. Það var kannski heldur mikið sagt að þetta væri kostajörð – hér voru ekki hreppstjórar, og sveitin horfði ekki hingað sérstaklega eftir nýjungum eða örlögum eða heimasætum, enda höfðu hér aldrei farið tíðindi af þessu þrennu. En þeir voru forkar, Bjarnarstaðarmenn og skáldmæltir þóttu þeir og náttúraðir fyrir fræði, þeir voru vörpulegir, vel drykkfelldir og þokkalega kvensamir – það gat gustað af þeim þegar svo bar undir, á sinn hátt. Og þegar sæmilega áraði vegnaði bændum hér sæmilega og Sigurður eldri hafði með atorkusemi sinni og fádæma dugnaði byggt upp gott bú, vakinn og sofinn hafði hann verið í uppbyggingunni og safnaði ekki gildum sjóðum. Hann var framkvæmdamaður, lét verkin tala og stoltur gat hann bent á sléttar túnbreiður þar sem áður hafði verið mýri og móar – þar sem áður var ríki fugls og blóms. Hann var búinn að yrkja jörðina og gat skilað henni til næsta manns og borið höfuðið hátt.

Sá er sautján ára og á að erfa landið – ég er að reyna að sjá hann fyrir mér á hlaðinu með öllum hinum að loknu pönnukökuáti og kaffisötri, þar sem allir reyndust sammála um að ekki væri allt fengið með því að vera fyrir sunnan – einkum karlmennirnir tveir sem bjuggu fyrir sunnan; það kom sem sé upp úr dúrnum þegar tár var tekið fram til að hafa með kaffinu að þeir áttu sér engan draum heitari en að vera bændur, nema væri að gerast grásleppukarlar. Og þegar þeir standa á hlaðinu ásamt karlmönnunum af bænum – húsfreyjan stendur í dyrunum, eiginkonurnar komnar upp í bíl – liggur við að maður trúi þeim, því þeir hafa grafið hendurnar í buxnavasana rétt eins og sveitamennirnir og róta með tánum í mölina eins og hinir milli þess sem þeir ráfa um hlaðið og eru kannski barmafullir af einhverjum tíðindum en segja samt ekkert nema æjá, rétt eins og hinir. Þetta er eins og séríslensk kvöldútgáfa af kínverskri morgunleikfimi því löng stund líður þar sem karlmennirnir vagga svona þegjandi um hlaðið eins og fuglar í leit að æti og svo er athöfninni skyndilega lokið, menn kyssast og fara upp í bílana til kvennanna sem sitja þar kaldar og leiðar – þær eru þó að minnsta kosti að sunnan. Svo höktir bíllinn af stað. Allt fer.

Ég er að reyna að sjá hann fyrir mér elta þá í þessu ráfi á hlaðinu, alltof friðlausan og æstan til að geta stundað þessa leikfimi, samt með hendurnar grafnar í buxnavasana og fær örlitla útrás fyrir fögnuð sinn með því að bora tánum í mölina, og svo hverfur bíllinn í þokuna og hundurinn kemur skokkandi til baka og þeir rölta saman vinirnir upp í hlíð og það logar í gráu kvöldinu einhvers staðar, það iðar, ég sé þetta, hann liggur í blautum sverðinum með handleggina út frá sér og opin augun, galopin augun af því hann sér fólk, framkvæmdir, líf, ys, pat, asa, og sig í miðjunni, sjálfan sig gefandi bendingar með ískaldri ró í miðjunni.

Herra Sigurður ég finn hvergi veltiásinn . . . Herra Sigurður það er hér kona að spyrja um þig . . . Mætti ég ekki biðja yður að hugsa ögn lengur um það hvort þér væruð ekki tilleiðanlegur að leggja peningana yðar inn á bankann minn, þér munið ávaxta þá ríkulega . . . Herra Sigurður, hér er hundurinn yðar . . .

***

Er hún falleg af því hún er að sunnan? hugsar hann í

rúminu sínu um kvöldið. Hún er með nef, munn, eyru, augu og tær. Hún er með hár sem er jarpt og líkami hennar er hvorki grannur né þéttur – samt skynjar hann að hún er eintómt hold. Er hún falleg af því hún situr svona með bakið beint og virðist öll á hreyfingu jafnvel þótt hún sé grafkyrr? Var það ilmvatnið sem kitlaði nasir hans? Allt þetta? Sagði hún nokkuð? Leiddist henni alveg óskaplega? Hún var með ökla. Og kálfa, sokkaklædda. Hann finnur lyktina, hún svífur fyrir vit honum, kemur alveg upp að honum og allt í einu er hár hennar laust úr viðjum blárrar skeljar og það strýkst við háls hans, viðbein hans, háls hans. Hún hefur hendur. Þær strjúka háls hans.

Bringuna, magann, liminn, lærin, hún hefur varir. Er hún falleg af því hún er að sunnan? Hvernig sefur hún? Sefur hún? Dansar hún á nóttunni fyrir sunnan? Ætli hún sé í ástandinu? Leiðist henni ekki alveg óskaplega rafvirkjun? Hún hefur varir og hann finnur þær á vörum sér lengi og ilm hennar og allt holdið og tungu hennar og hendur sem gæla svalar við lim hans og með vörunum er hún að hvísla til hans ákall um að frelsa sig úr viðjum, klæða sig úr þessum doðakufli áskapaðs hlutskiptis, lausn undan þessum dögum iðjuleysis og þyrrkings: leysingu, leysingu, leysingu. Hún er að draga hann á tálar. Hún mun draga hann á tálar hvert einasta kvöld fyrir svefninn þangað til hann fer suður eftir þrjá mánuði til þess að læra rafvirkjun hjá bónda hennar. Og þá mun hún draga hann á tálar en það verður aðeins hans leysing, ekki hennar.

Skrjliömm

Fyrst þegar ég hitti Kjartan húkti hann í blikkandi ljósum upp við súlu á dimmum dansstað með hálflukt augu og drafaði: Djöfull maður. Ég var sautján ára og þetta var á menntaskólaballi síðla vetrar, kannski var komin einhvers konar vorleysa – sennilega apríl. Yfirleitt var það hending ef ég hitti einhvern á þessum samkomum. Þetta voru ár hins volga bakkardíkóks og ég svolgraði það með Palla og Agli fyrir utan dansskemmuna, hrundi svo einhvers staðar inn í röðina, fór inn og týndi úlpunni í fatahenginu og lét glaða menn í bolum þukla mig í leit að brennivíni, fór inn í sal þar sem ég sá ekki HANA, hver sem hún var hverju sinni, fór inn á klósett og móðgaði formann skólafélagsins, bauð ritstjóra skólablaðsins ljóð og stíflaði vask. Fór svo fram og sá HANA, hugsaði djöfull maður og stíflaði annan vask, gleymdi mér svo. Vaknaði svo við bankið á klósetthurðina og ákveðna rödd sem sagði að ballið væri búið vinur. Fór síðan heim með bakkardíspýju í munninum og endurnýjaði hana morguninn eftir. Ég var einn sá alhressasti.

Ég var sautján ára og mér fannst ég vera lúðulaki. Ég var í fyrsta bekk. Ég var væskill. Ég var með bólur. Andlitið á mér var hróstrugra en vestfjarðakjálkinn. Þegar ég talaði kom brak. Hárið á mér var eins og hrakið hey hefði fokið oná hausinn á mér, blotnað þar og orðið eftir. Það var á litinn eins og kæfa. Ég kunni ekki að gyrða mig almennilega. Ég kunni ekki að hneppa að mér skyrturnar almennilega. Ég kunni ekki að greiða mér almennilega, heldur tosaði bara eitthvað í heyið með þumli og vísifingri. Ég var andfúll. Ég lét braka í puttunum. Ég nagaði á mér neglurnar – ég reif af mér táneglurnar og stakk þeim upp í mig þegar þær voru búnar að rífa gat á mislita sokkana. Ég var naglbítur – þeir kölluðu mig froskinn.

Ég var nýorðinn sautján ára og mér skjátlaðist: ég var bara svo mikið viðrini að ekki einu sinni ég sjálfur tók eftir mér á mannamótum. Hefði ég gert það myndi ég hafa vitað að ég var bara svona strákur, nákvæmlega eins og þrettán þúsund aðrir strákar sem eru dálítið seinir til og hafa ekki enn lært að þrífa sig almennilega vegna taumlausrar andstyggðar á eigin líkama. Það hefði eflaust glatt mig að vita þetta þá og kannski hefðu ballferðir mínar ekki orðið jafn rislitlar og þær að sönnu voru, en ég var sem sé bara svona venjulegur lúði og þegar ég sá Kjartan híma upp við súlu á síðasta balli vetrarins blindfullan í blikkandi ljósinu þá brást ég við sem slíkur. Ég staðnæmdist, stakk lúkunum í buxnavasana og góndi á hann. Stóð bara og góndi vegna þess að mér leiddist og datt ekkert annað í hug að gera. Ég var bláedrú vegna þess að ég átti að fara í fimmtastigs próf á píanóið daginn eftir og var búinn að fá nóg af því að skælast í gegnum þessar bagatellur og prelúdíur, tónstiga og drasl, fannst það nóg að vera búinn að lemja þetta allan veturinn – kannski langaði mig bara að heyra almennilega músík. Ég hafði hitt Palla snemma á ballinu, hann var strax orðinn fullur og uppveðraður yfir því að hafa smyglað einhverjum gambra í plastpoka inn á ballið, þó hann væri enn ekki farinn að dreypa á honum, þannig að ölvun hans var ys og þys út af engu. Hann hafði klappað hress á bakið á mér og rétt fram höndina og þegar ég ætlaði að taka í hana hafði hann lyft henni eldsnöggt og gert honnör, hann var þannig náungi hann Palli, þetta fannst honum skemmtilegt, en við höfðum verið saman í bekk frá því í móðurkviði og maður hugsaði aldrei út í það beinlínis hvers vegna maður lét þetta yfir sig ganga. Ég afþakkaði að læsa mig inni á klósetti með honum, og nei, ég hafði hvergi séð Egil. Síðan höfðum við þrammað þrjú hundruð hringi kringum þvöguna á dansgólfinu – fólkið sem var að skemmta sér – og hann hnippt í mig með jöfnu millibili til að segja: Sjáðu þessa! og ég sagt jafnóðum: Já hún er með Kalla Jóns og Didda í Efstabæ og Nonna Sigurðar og Sigga læknisins, eða hvað þeir hétu þessir náungar, það var allavega ekki ég.

Ég var í brúnu flauelsjakkafötunum mínum í fjólublárri skyrtu með breiðum blúndukraga. Hún var fráhneppt svo bólurnar á brjóstkassanum fengju notið sín betur. Palli var í brúnu flauelsjakkafötunum sínum í fölbleikri skyrtu með breiðum blúndukraga. Við vorum eins og eitthvert andskotans félag, nema hann var með stóra og bláa slaufu og baskahúfu á hausnum sem krúttlegar krakkakrullur gægðust undan svo hann minnti á Litla lávarðinn genginn í raðir hryðjuverkamanna. Hann hélt á gljáandi fínni pípu í heljargreipum, kreisti hana í lúkunum allan tímann meðan hann hafði hana uppi í sér og bruddi hana eins og togarajaxl. Hann sagðist vera að tilreykja hana. Hann gat aldrei bara reykt þessar pípur sínar. Ég var ekki í skapi til að bralla neitt með honum svo ég taldi hann á að bjóða upp Sigríði frænku minni sem var í stelpubekknum og sat innskeif, feit og blúsuð úti í horni. Hún var með hendur í kjöltu, skeifu í munnvikum og hár sem lafði – dálítið niðurdregin að sjá. Hann lét sem hann væri að gera mér sérlegan stólpagreiða með þessu og hinar ýmsu drottningar skólans þyrftu fyrir vikið að leita á náðir Kalla Jóns og Didda í Efstabæ og Gúnda rakarans og Alla læknisins, en samt var hann ekki meiri heimsmaður en svo að ég þurfti að fara með honum að bjóða henni upp og hún féllst á það bara vegna þess að dauðadrukkið sveitaballatríóið var farið að spila Þrjú tonn af sandi og þá þustu allir út á gólf – en ekki ég.

Svo mér datt í hug að labba einn hring. Ég labbaði tvo hringi – ég labbaði þrjú tonn af hringum. Andrés fékk svo loksins nóg og hljómsveitin var búin að fá meira en nóg að drekka svo diskótekið var sett í gang til þess að hægt væri að setja skemmtikraftana í sturtu. Við tóku þrjú tonn af rokki og ég fikraði mig nær dansgólfinu til þess að sjá hvernig parinu nýja reiddi af undir þeim kringumstæðum, hvað Sigríður gerði meðan Palli tæki gítarsólóið. Ég sá þau hvergi og brá á það ráð að labba einn hring og reyna að rifja upp með sjálfum mér Chopinvalsinn sem átti að vera glansnúmerið mitt daginn eftir. Mér fannst eins og vottaði fyrir útlínum takts, en þá tók ég eftir honum þar sem hann stóð upp við súluna og takturinn hvarf. Ég góndi.

***

Ég kannaðist við hann, vissi að hann hét Kjartan. Við vorum saman í bekk en höfðum varla talast við svo heitið gat, þótt hann hefði vakið forvitni mína fyrir þá sök að hann var í eins úlpu og ég og hlaut því að hugsa eins og mig langaði að hugsa. Allir gáfuðustu menn skólans voru einmitt í svona úlpum og þegar ég hafði gengið í minni í eina viku fannst mér eins og ég gæti ort ljóðabálk bráðum. Við sátum hvor í sínu horni, ég hjá Palla og hann aftast í hinu horninu, einn, og á milli okkar voru þrjátíu náungar sem töluðu um knastása. Ég hafði ímyndað mér að skemmtilegt væri að tala við hann og kynnast honum, hann virkaði hæglátur og íhugull – þetta sama kvöld átti ég svo eftir að komast að því að hann var hvorugt.

Ég man þetta:

Hann hékk upp við súlu, rétt hjá dansgólfinu, einn. Ég staðnæmdist og horfði á hann, ég veit eiginlega ekki hvers vegna, kannski vegna þess að algjör kyrrstaða hans myndaði svo skarpa andstæðu við iðandi samkomuna. Einhverjir tilburðir til sjónarspils með ljósin ollu því að þau blikkuðu á honum þar sem hann stóð rétt hjá dansgólfinu og maður sá hann stundum og stundum ekki og kyrrð hans varð undarlega óróleg. Þegar hann birtist sá maður að hann hafði opinn munninn. Höfuðið hafði hann hneigt lítillega. Hann hallaði bakinu að gildri súlu. Hún var rauð, alsett glimmerflögum. Svo hvarf hann. Þegar hann birtist aftur sá maður hárið rísa eins og tvo svarta stilka upp af álútu enninu. Ég sá hann bæra varirnar og ég sá augun, til hálfs – þau voru hálflukt. Svo hvarf hann. Svo kom hann í ljós og hafði krækt þumli hægri handar í buxnaspæl. Sú vinstri féll niður með síðunni. Lófinn var krepptur. Hann hvarf. Hann var jakkalaus í stórköflóttri og víðri skyrtu, rauðri og svartri sem var gyrt ofan í þröngar gallabuxur með víðum skálmum. Hann hvarf. Hann hafði sett hægri fótinn örlítið fram svo þunginn hvíldi á þeim vinstri. Skórnir voru dökkrauðir með breiðri og grænni tá og háum og breiðum hæl. Hann hvarf. Hann var hokinn og sviplaus. Hann var svarthærður og náfölur.

Hann hvarf og kom í ljós. Ég sá að hann hafði lyft höfðinu. Hann horfði beint á mig og tautaði eitthvað og augnaráðið virtist allt eins benda mér að koma, allt eins segja mér að snáfa. Hann hvarf. Ég fikraði mig nær, hikandi, án þess að draga hendurnar upp úr buxnavösunum, eða breyta svip. Rokkið dunaði – trommur dundu, bassi drundi, gítarar rumdu og söngvari hrein. Dansgólfið gólaði með. Blikkmyrkrið var mettað reyk. Heitar gufur stigu upp. Svitinn blandaðist brennivíni, rakspíra, muskolíum og ælu. Þvaga af veinandi fólki slengdist utan í mig og bylgjaðist leið sína, fram og aftur. Við næsta borð sat par og kysstist af ákefð uns það valt út af stólnum. Við þarnæsta borð var strákur að gubba ofan í öskubakka fullan af stubbum. Við hliðina á mér hjúfraði þjáð stúlka sig upp að strák sem kreisti á henni rasskinnina. Hinum megin stóð maður sem leit út fyrir að vera Sjefferhundur. Ljósin blikkuðu. Hann hvarf og kom í ljós. Ég var kominn upp að honum. Ég skynjaði slakann í munni hans sem fullur var af óstýrilátu munnvatni og undraðist um leið hversu skær og skýr röddin var í öllum þessum hávaða, ati, ringulreið, rugli og munnvatni: Djöfull maður . . .

Ég hváði. Hann slengdi til höfðinu og tuldraði: Svakalegt! Ég hváði. Hann opnaði aftur munninn og einbeitti sér til hins ítrasta og sagði loks eitthvað sem hljómaði eins og: Skrjliömm.

Ég sagði: Ha?

Söngvarinn ákallaði stúlku, guð, tunglið eða kannski einna helst sjálfan sig í hinsta sinn í skelfilegu ýlfri fordæmdrar sálar meðan logandi gítarinn brunaði upp og niður blússkalann og laginu lauk svo með alskærum gný sem spýttist út úr samtaka hljóðfærunum: Þúmph! Ljósaganginum linnti um leið og gargið á gólfinu varð að kliði og salurinn varð á ný hálfrökkvaður. Kjartan hætti að hverfa og koma í ljós. Hann saxaði loftið með vinstri lófanum til áhersluauka orðum sem komu ekki. Það var eins og hann þyrfti að segja mér eitthvað. Mér fannst ég allt í einu svo átakanlega edrú og æpti í ráðleysi upp í eyrað á honum: Er eitthvað að? Hann leit á mig svörtum augum. Þau voru full af heift. Hann sagði: Sko.

Ég kinkaði kolli og færði mig fjær. Chopin færðist nær. Valsinn; allt í einu og upp úr þurru fór hann að óma undurlétt einhvers staðar yst yst yst.

***

Ég man þetta: Dúmm-dúmm-abba dúmm-abba; yst við

heyrnarrönd; og allt í einu tók ég eftir HENNI hinum megin við hann. Hún virtist ætla að taka upp þráðinn frá mér og spjalla við hann um skrjliömm. Ég hafði heyrt hana kallaða Helgu og ég vissi að hún notaði skó númer þrjátíu og sjö. Ég hafði einu sinni gáð að því af rælni þegar ég var staddur fyrir utan leikfimisklefa stúlknanna og hélt á skónum, eiginlega áður en ég vissi af. Ég hafði stundum séð hana fyrir mér og ímyndað mér hana og þá var hún alltaf með mér á einhvern hátt. Við vorum að kyssast og snertast og við kölluðum hvort annað fallegum nöfnum; ég sleikti kampavín úr naflanum á henni, hún orti ástarljóð til mín. Stundum grétum við yfir aðskilnaði, ég að fara á sjóinn, hún að deyja . . . þetta voru svolítið raunalegar ímyndanir. Allt gerðist í hausnum á mér.

En hún var lágvaxin og mjó og nett. Hún var með svolítið framstæðar tennur en þykkar varir mýktu munnsvipinn. Húðin á henni var ljósmjúk. Hárið var ljósgullið. Það var slétt og stundum slegið niður á mjóhrygg, stundum í þykkri fléttu. Augun voru gráblá og opin. Ég hafði séð hana þegar við vorum lítil og bæði í Tónlistarskólanum, ég mætti henni stundum svo einbeittri á svip að arka með fiðlukassann í annarri hendinni, veifandi hinni. Ég hafði svo mörgum árum seinna verið með henni úti í sjoppu og tekið eftir henni, hún var næst á undan mér og mér fannst svo skemmtilegt að fylgjast með henni spretta fingrum að alls konar gotterii og heyra hana tala. Röddin var djúp og skörp og sérhljóðarnir voru allir opnir og ákveðnir hjá henni, æ varð a og au var ö á einhvern hreinlegan og skeleggan hátt. Og hún gat verið að biðja um gotterí einhvern veginn eins og henni væri það ákaflega mikils virði að fá að tala við afgreiðslustúlkuna, hún náði sambandi með röddinni. Á leiðinni út heyrði hún svo í mér brakið.

Eða heyrði það ekki en ég hafði aftur tekið eftir henni í

bíó og horft á hvernig hún hallaði undir flatt og fiktaði í sífellu í hárinu sínu ljósa og síða. Ég hafði séð hana í sundi og í þrettánþúsund frímínútum. Það var öryggi og vellíðan sem stafaði frá henni, húðin var svo mjúk. Hún var fínleg og smábeinótt og mér fannst eins og hún væri alltaf að tylla sér á tá í veröldinni til þess að sjá hana betur. Hún var aldrei á svipinn eins og hún hefði séð þetta allt áður og þekkti þetta allt – hún var mjög ung.

Hún var að minnsta kosti ekki á svipinn eins og hún hefði séð mig áður þar sem hún stóð og var að reyna að ná sambandi við Kjartan. Það var eins og hún þekkti hann vel. Það var eins og hún væri að sækja hann. Kjartan og Helga. Helga og Kjartan. Einmitt. Ég átti að vera farinn. Ég átti að vera sofnaður. Ég átti að fara í píanópróf daginn eftir. Ég átti að sitja fyrir framan nokkrar manneskjur og leika síðasta valsinn. Ég varð að gera það með reisn. Kjartan og Helga. Helga og Kjartan – ég átti að láta þau í friði. Ég átti ekki að standa svona og glápa á fólk sem ég þekkti varla bara út af því að ég hafði verið að ímynda mér að skemmtilegt gæti verið að tala við það eða jafnvel ýmiss konar samveru og aðskilnað. Fyrir mér átti annað að liggja en hamingja í konuörmum. Mín beið einvera ævikvöldsins. Kannski myndi ég gera eitthvað stórt, hún skyldi sjá. Ég ætti að drífa mig og gera eitthvað stórt. Ég stóð og góndi.

Kjartan við súluna; ég skáhallt hægra megin við hann; hún skáhallt vinstra megin. Þannig var það. Þannig varð það.

***

Ég man þetta, ég sé þetta:

Þegar ég var kominn út var gráleit birtan slegin logablettum hér og hvar. Það voru ský á himni, sum voru rauð. Ég stóð um stund í þvögunni og leit í kringum mig. Allir voru fullir nema ég og formaður skólafélagsins. Samt fórum við ekki að tala saman. Ég hryllti mig og vafði þéttar að mér úlpunni sem var ekki jafn hlý og hún var gáfuleg. Ég ætti að drífa mig og gera eitthvað stórt.

Þau voru farin að kyssast þegar ég labbaði burt, ég skildi fyrr en small í vörum. Hún hjúfraði sig upp að honum, fast. Hann tók báðum höndum um kinnar henni, strauk svo hárið síða, tók um það stórum og hægum höndum og hóf það upp í hnút við hnakkagróf og hnoðaði laust og af umhyggju og losaði og hnoðaði og þau kysstust. Þau voru Kjartan og Helga og Helga og Kjartan og þau kysstust.

Þegar ég var kominn út sá ég gráleita birtuna og logandi skýin og ég sá líka litla hryðjuverkalávarðinn og Sigríði frænku. Hann hafði lyft handleggnum til að halda utan um hana – hann var á svipinn eins og hann væri að velta því fyrir sér hvernig hitt væri gert. Mér datt í hug að hvísla að honum að hnoða bara og losa, en þá snerust þau á hæli og löbbuðu í áttina burt og ég fór að horfa á skýin á himninum, sum rauð og önnur grá, hitaský og kuldaský og svo snerist ég líka á hæli og fór að hugsa um valsinn minn, síðasta valsinn minn, vals-vals-valsinn minn. Ég var kominn í valstakt og valsskap og þess albúinn að fara að telja skrefin milli gangstéttastrikanna á leiðinni heim þegar ég heyrði öskrin í honum.

Það var þá sem ég komst að því að hann var ekki svona þögull stundum vegna þess að hann væri svo hæglátur og íhugull. Það var þá sem við kynntumst og urðum vinir. Það var þá sem ég blandaði mér í fyrsta sinn í hans klúður án þess að vita í rauninni af hverju og til hvers og án þess að breyta því á nokkurn hátt annan en að komast sjálfur í klandur; það var þá sem ég komst í fyrsta sinn í tæri við óskiljanlega heift hans. En það var samt ekki þetta atvik í sjálfu sér sem gerði okkur að vinum heldur ljósið sem skein frá honum sem snöggvast þegar lengra var liðið á nóttina og endurvarpaðist frá mér til hans og aftur til baka til mín frá honum.

Það var þá sem ég var laminn í fyrsta sinn. Ég veit ekki tildrögin – Kjartan gat aldrei almennilega rifjað þau upp, en ég held að hann hafi viðhaft óviðurkvæmileg ummæli um Sjeffermennið sem ég mundi eftir að stóð urrandi inni á ballinu skammt frá þeim Kjartani og Helgu. Öskrin bárust frá dyrum danshlöðunnar, ég gekk á hljóðið og sá hvar Kjartan spriklaði í örmum beljakans, öskrandi af gremju og reiði fremur en sársauka. Skyrtan hafði rifnað og flaksaðist rauðköflótt í kuldagjólunni. Hann var blóðugur í framan, undir nösum og hafði smurt blóðinu út á kinnar. Risinn hélt honum aftan frá og kreisti og Kjartan reyndi árangurslaust að gefa honum olnbogaskot. Skyndilega sleppti beljakinn honum og Kjartan sneri sér við og slæmdi annarri hendinni í átt að hinum en hitti ekki. Hann slæmdi hinni og hitti ekki. Skuggabox, hann dansaði eins og fiðrildi – og stakk eins og fiðrildi. Sjeffermanninum tók að leiðast þófið og tók loks báðum höndum um hann og skallaði hann. Kjartan lá.

***

Vá!

Allt í kringum mig va-hú! Djöh! Rosa! Kliður, augu – augu stóðu á stilkum, hundrað augu en aðeins eitt augnaráð, hópur, en ekki lengur Kalli með hælsærið eða Magga sem getur ekki lært þríliðu, hóplosti en ekki lengur Maggi sem er skotinn í Gunnu: Þetta er ekki að gerast hérna, hugsa Maggi og Magga og Gunna og Kalli, ég er að horfa á atburð sem er að gerast annars staðar.

Hún var að horfa á mig. Hún hélt á úlpunni hans og þegar ég sá það fann ég allt í einu hversu gjólan var köld.

Augu hennar voru opin á þann hátt sem ég hafði áður séð fyrir mér og sögðu: Þú ert þú. Svo leit hún niður, lagði með hægð frá sér úlpuna á stéttina og gekk burt. Ég horfði á eftir henni og fór svo og tók upp úlpuna hans Kjartans, sem hafði reynt að rísa upp en fengið spark í hausinn. Hann lá. Núna lá hann. Enginn gerði neitt. Það var eins og bardagamennirnir væru á sviði og ekki mætti trufla leiksýninguna, ekki einu sinni þegar Sjeffermaðurinn renndi niður buxnaklaufinni og bjóst til að innsigla sigur sinn með því að míga á hinn fallna. Áður en hann náði að taka hann út á sér var ég kominn upp að honum og farinn að segja: Svona svona, þetta er nóg maður, hvaða rugl er þetta, farðu nú bara heim, þú ert búinn að vinna. Hann sló mig í magann. Ég náði ekki andanum. Ég leit upp forviða. Ég hefði heldur átt að leyfa honum að hnusa af handarbakinu á mér. Hann sló mig aftur í magann. Ég lá.

En ég hafði truflað sýninguna, rofið seiðinn og nú var allt í einu kominn hópur fólks að stilla til friðar og róa manninn, klappa honum á bakið og biðja hann um að hætta. Hann féllst á það og allir virtust fagna því göfuglyndi að fallast á að míga ekki á rotaðan mann og þegar hann gekk burt var hann umvafinn aðdáendum.

***

Ég settist á tröppurnar heima og horfði um stund á skýin þegar ég var búinn að finna leigubíl og koma Kjartani upp á slysó og labba síðan með honum heim þegar þeir höfðu úrskurðað að hann væri óbrotinn. Svo labbaði ég alla leið niður í bæ heim til mín. Ég taldi skrefin á milli gangstéttarstrikanna. Þau voru yfirleitt sjö. Ég man að skýin voru fleiri rauð en grá. Ég man hvernig gjólan smaug, hvernig snjólaus trén bærðust. Var lóan komin, bí? Ég veit það ekki, kannski var komin einhvers konar vorleysa, kannski var ég að verða drög að manneskju, yrði þetta líf mitt?

Ég man hvernig hann leit á mig þegar við kvöddumst og hann sagði: Takk. Ég spurði hann hvað hann hefði verið að gera og hann sagðist ekki vita það: Æ ég þoli ekki svona náunga, sagði hann og ég sagði: Ég veit það, ég ekki heldur – en það var vitleysa, það voru ekki svona náungar sem okkur þóttu óþolandi, heldur aflið sem stýrir þeim, sú vissa að gagnvart slíku afli yrðum við ævinlega máttlausir. Yrði þetta líf mitt? Ég vissi það ekki.

Ég veit það ekki. Ég sit hérna í þessari stofu minni, við þetta kringlótta og endalausa borð sem ég á víst og ég slekk á símsvaranum, ég slekk á rödd hans vegna þess að ég þarf ekki að hlusta á hana og ég veit það ekki, ég veit það ekki, ég veit það ekki.

Þetta kvöld

Hefur reykjavík kveikt öll sín ljós þetta kvöld og liggur hún fyrir fótum hans í myrkrinu eins og glyðra, eins og afmælisterta, eins og merlandi haf? Og hann á heiðinni horfandi yfir blygðunarlausa byggð?

Og hann á strætinu horfandi á tómlát hús? Þetta kvöld . . .

Á höfninni horfandi á eilíft hafið? Á róna niðrí bæ, krakka á hlaupum, kjagandi sveitamenn, kallandi húsmæður, lotlega verkamenn og gasprandi stúdenta og unglinga í leit að tilurð? Á þessi skökku og skemmtilegu hús? Á ljósin? Hefur Reykjavík kveikt öll sín ljós svo að hann megi líta smán hennar og dýrð í myrkrinu? Eða hefur hún slökkt þau svo hann megi snuðra í örlög hennar, í myrkrinu? Þetta kvöld . . .

Nei.

Ég sé þetta ekki þannig.

Það er bjart þetta kvöld og hann stendur í brekku með reiturnar sínar í pokaræksni og horfir á tvo gamla menn. Hann situr á bekk og horfir á lítinn strák. Hann horfir á pískrandi stúlkur sem kannski líst á hann. Það er bjart þetta kvöld og margir á ferli, hann er búinn að sjá marga í dag að spóka sig í sólinni, en hamingjan sem hann skynjar svo sterkt er öll í hausnum á honum, vegna þess að þrátt fyrir sólskinið og blíðuna ríkir þögn yfir bænum, hver og einn fer þegjandi leiðar sinnar, tveir og tveir standa þegjandi saman, bílar renna þegjandi hjá. Allir með lokaðan svip, láta ekkert uppi – ekki einu sinni hann sem ráfar með öll þessi bláu augu um bæinn.

Rútubílstjórinn var bara baksvipur; þegar hann sneri

sér við á áningarstöðum til að teygja úr sér breyttist hann í húfu. Tveir ungir menn sátu tveim röðum frá honum beinir í baki og horfðu í kringum sig styggir. Kaupakona teygði letilega úr sér eins og hún væri nýbúin að fleka sveitapilt; hreppstjóri hringlaði þumlum – þrír Reykvíkingar sváfu úr sér aftast. Landið var grjót og mosi og hann sá ekki græna haga og smágerðan gróðurinn sem allt stendur af sér, hann sá ekki lækina og vinjarnar kringum þá, hann hafði ekki gefið sér tíma til að huga að litlu plöntukrílunum sem hvarvetna gægðust upp úr svarta sandinum. Hann sá bara grjót. Bara svarta sandinn og víðáttu sem var grjót. Þetta land var að deyja, það vissi hann um leið og hann skynjaði ómæli þess og fjandskap. Enginn yrti á hann fyrr en lítill og snaggaralegur náungi kom upp í rútuna á áningarstað og hlammaði sér við hliðina á honum um leið og hann spurði hvort hann mætti setjast. Hann var ekki með neitt. Jú hann mátti setjast. Rútan tók af stað, jók hægan ferðina – meira grjót.

– Þú ert að fara suður.

– Já.

– Jæja höfðingi. Hvaðan ertu?

– Ég er frá Bjarnarstöðum í Efridal.

– Og heitir?

– Sigurður Sigurðsson.

– Það er ágætt. Jájá.

– Æjá.

– Ekki ónýtt það, hmmm.

– Mmmm.

– Ha?

– Mmjaá.

Þeir þögðu drjúgan spöl. Enn grjót. Maðurinn var dökkur, andlitið hvítt og rúnum rist í svartri umgjörð, augabrúnir svartar, eins og hárið; hárstrý efst á kollinum og kantað enni sem var eins og margoft hefði verið slegið í það. Hann var dálítið andfúll þegar hann hallaði sér aftur að Sigurði og var búinn að koma skipan á það sem hann vildi segja.

– Og þú ætlar suður.

– Já.

– Veistu það vinur minn . . . – og nú kom mikilvæg þögn meðan aðkomumaðurinn blés frá sér og hleypti brúnum framan í piltinn – Já sko já einmitt já. Það var í Efridal einmitt sem hann Hallgrímur gamli bjó á Hjalla var það ekki? VAR ÞAÐ EKKI! Já, ég hélt það. Og var það ekki einhverju sinni sem hann var úti á engjum við slátt og hafði skamma stund verið þegar hann sér hvar maður nálgast á gráum gæðingi og var þar kominn Sveinbjörn hreppstjóri þeirra erinda að biðja gamla manninn . . . já einhverra erinda, já bíddu nú við, ætli hann hafi ekki verið að segja honum að taka við ómaga, eða var hann að . . . jæja skiptir engu. Sko, það var reyndar haft á orði í sveitinni að Sveinbjörn ætti það til að fá sér í staupinu meira en góðu hófi gegndi, og fara margar sögur af því, já blessaður maðurinn, Brennivínið gefur anda og snilli ha! Hefurðu heyrt þessa:

Engu nenni og aðeins tvennu ann ég
ástir kvenna ætíð man ég
yl af brennivíni fann ég . . .

– Nei.

– Þetta er eftir mig. Er þetta ekki gott! Finnst þér þetta ekki merkilegt! Skiptir ekki máli, skiptir ekki máli. Skiptir engu andskotans máli, nema ekki er að orðlengja það að kallinn hann Hallgrímur gerir hlé á slættinum og styður sig fram á ljáinn og segir si svona upp úr eins manns hljóði . . . ja hann var svolítið kvegkmæltur sjáðu: Og eg ekki hgeppstjógahelvítið komið á tguntu-ómyndinni og andskotann sem ég feg að hætta slættinum fygig helvítis gausið í honum . . . Já hann var góður, gamli Hallgrímur. Hahaha.

Hann varð átján ára fyrir viku og hann er að flýja ómælið, hann neitar að láta rétta sér fána, vill ekki taka þátt í þessu þúsundára stríði við landið; hann hirðir ekki um moldina – hann er á leiðinni suður til þess að setjast að í nýrri vídd þar sem nóttin líður og óvæntur og öruggur dagur rennur upp, en hann veit að næst mun hann fá að heyra vísuna hans Hallgríms um hreppstjórann. Hann veit að síðan kemur vísan um Hallgrím. Og svo kemur sagan af því þegar presturinn var fullur í stólnum og sagði: Brátt mun ég hverfa frá yður og hvarf svo undir stólinn þar sem heyrðist sopið stórum og reis svo aftur upp til að segja: Og brátt mun ég birtast yður á ný. Mun hann þá aldrei losna úr ánauð þessara fáránlegu sagna? Nei aldrei, en það veit bara ég sem sé þetta. Samferðamaðurinn svíkur hann ekki um þetta og þegar hann hefur þannig sýnt rækilega fram á hversu góð skil hann kann á menningu Efridals klippir hann skyndilega á hlátur sinn yfir ölvun prestsins og segir: Og þú ætlar suður.

– Já.

– Jaaaá. Ekki skal ég lasta það. Ungir menn og svona. Þér Austurstrætisdætur, er það ekki? ER ÞAÐ EKKI! Það verður að vera eins og það er með það sjáðu. Og af hverju?

– Bara. Bara . . .

– Æ það skiptir ekki máli höfðingi, skiptir engu andskotans máli, áttu brennivín?

– Nei.

Hann svaraði: Bara – þessu orði sem drengjunum hans varð tamast til svara sem og öðrum börnum Reykjavíkur þegar einhver spurði spurningar sem þau vissu að spyrjandinn kynni betra svar við en þau sjálf. Hann er strax orðinn nokkurs konar Reykvíkingur, farinn að tjá sig með einsatkvæðisorðum, hættur að hirða um hver nemur svörin og hvort þau muni geymast í minni sveitarinnar eða einhvers.

Bara. Hann fór vegna alls þess sem faðir hans hafði innrætt honum og kennt til að hindra að hann færi suður. Hann reis gegn föður sínum vegna þess að hann hlýddi boðskap hans. Frá því hann mundi eftir sér umlukti innræting föðurins hann. Í tilsvörum á engjum, í sögum á kvöldin af einþykkum einbúum; hann heyrði kvæði sem öll voru lofgjarðir til æskunnar í boðhætti; hann heyrði heitstrengingar um framtíð og vísar framfarir framundan. Sérhver stund skyldi dáðinni merkt, afl þitt skal á við tvo, vertu margra manna maki, starfaðu þarft og þú öðlast þegnrétt í ljóssins ríki, starfaðu að þínu, stundaðu á það, vertu trúr yfir litlu, þessar hendur drengur. Þessar hendur hafa rutt og ræktað, þær hafa byggt og brotið, þessar vinnuhendur – og maður hefur kannski ekki verið í skólunum þeirra fyrir sunnan, og ekki hefur maður legið óhóflega í bókunum þeirra fyrir sunnan til að nema spekina þeirra fyrir sunnan en vittu: maður hefur þá heldur ekki tileinkað sér siðina þeirra fyrir sunnan.

Þeirra fyrir sunnan, þeir fyrir sunnan, hverjir voru eiginlega þessir þeir fyrir sunnan? Allt önnur þjóð? Gáfuð og víðlesin og ósiðleg? Hann vissi það eitt að þeir fyrir sunnan gátu ef þeir vildu verið múrarar og verkarar og prófessorar, þeir gátu dansað, þeir gátu farið niður á höfn til að horfa á bátana og togarana – og hafið; hvenær sem var gátu þeir séð hafið. Var það þetta sem gerði þjóðina fyrir sunnan? Hverjir voru þeir eiginlega þessir þeir fyrir sunnan?

Hverjir?

Bara.

***

Í gær gekk hann niður að ánni að loknum verkum og

þegar hann var kominn í lautina lagðist hann í fjalldrapann og lyngið til að heyra niðinn og hann lokaði augunum. Hann heyrði goluna og niðinn og hvell hljóð stelksins. Hann hugsaði ekki neitt. Um stund lá hann og á meðan var ekki neitt. Eilífð leið. Hann raulaði lag með röddinni sem hann hafði erft frá föður sínum, það var raunalegt lag um að raða saman glerbrotum minninganna og stinga sig á þeim og samt er það gaman og gleðin hríslaðist um hann meðan hann söng þennan þunglamalega sorgarsöng, hárri og bjartri röddu. Hrafnaklukkan var blá í grámanum og hann horfði á hana og það var eitthvað sem hann vildi. Var hún falleg af því hún var að sunnan? Þegar hann var kominn heim sagði enginn neitt. Þegar hann kvaddi sagði enginn neitt – þau sögðu vertu sæll og guð blessi þig en þau sögðu ekki neitt.

Og hann stendur með pokann sinn við húshorn og bíður eftir því að Jón föðurbróðir hans komi að taka á móti honum en hann kemur ekki og enginn kemur og honum er alveg sama því hann veit hvar þau hafa fundið herbergi handa honum og veit meira að segja hvar gatan er og hér er orkan í loftinu, allt sem ógert er tindrar í loftinu og honum liggur ekki á að skynja það til fullnustu, þvert á móti því þarna er kall með húfu og þarna er kall með hatt og þarna siglir frú, þarna er fornmaður, þarna er krani, þarna er róni, sko köttinn, þarna er flugvél og þarna er turn, þarna er stillans, þarna er skilti með ámálaðri gjálífiskonu – hæ! þarna er drukkin áhöfn af togara og halló litli strákur, ertu að bera þessar flöskur alveg einn alla leið heim til þín? Hann situr á bekk og horfir á tvær stelpur sem kannski líst á hann. Hann stendur á Austurvelli og horfir á styttuna. Hann gengur norður Tjarnargötuna og horfir á svan.

***

Hann stendur á Austurvelli og horfir á styttuna. Hann stendur þarna lengi og skoðar draum Íslendinga um sinn strangasta son og efnilegasta föður, íslenska Frelsarann.

Sómi Íslands sverð og skjöldur stendur ofurlítið fattur og hefur krækt þumlum í jakkann, hann hefur lokaðan munn en hann er ekki þögull. Augun hvesst. Þumlarnir í jakkanum og þanið brjóstið: árás yfirvofandi – þetta er árásarstelling ræðumannsins; hans vopn er orðið, þessi maður er í þann mund að taka til máls, og stellingin hefur þegar gefið orðum hans væntanlegum slíkan þunga að hann gæti farið að syngja jólalög og allir myndu skjálfa. En hann er ekki að fara að syngja jólalög og hann er ekki að fara að spyrja hvað klukkan sé.

Ég mótmæli.

Tíuníuáttasjösexfimmfjórirþrírtveireinn: Ég mótmæli!

Vér mótmælum allir. Þetta byrjaði allt með þessum orðum, þá varð Ísland aftur til: Aldrei að víkja. Gjör rétt, þol ei órétt. Þetta stendur allt þarna. Óveður í aðsigi og óveður í kringum hann; það er hvasst á tindinum: teinréttur og fattur stendur hann þarna risinn og svipurinn er veðraður. Loga augun? Nja. Hann hvessir augun og pírir í senn eins og í sandroki, sælöðri, umróti. Aldrei að víkja. En þessi ómildi svipur, þetta harðneskjulega augnaráð, þessi meitlaða þögn . . . ég sé þetta: hann sér það sem aðrir sjá ekki . . . þarna lengst . . . þarna yst við sjónarrönd, þarna yst og yst, handan við rokið og rótið og mótbyrinn . . . hann sér takmarkið.

ÉG mótmæli. Kyrrstaða hans er meiri en annarra manna vegna þess að hreyfing hans er meiri en hinna. Á lágmyndinni á stallinum kemur í ljós hver hann var þessi sveitungi óþekktrar konu. Hann var umfram allt vegavinnumaður. Hann ryður brautina. Stuðul eftir stuðul fjarlægir hann og ber á herðum sínum og þjóðin stendur hnipin og bíður, prestar, sýslumenn, tötrughypjur, gamalmenni, skáld, konur, börn. Brautryðjandinn er þreyttur. Vegavinnuvætturin er aldraður risi á mittisskýlu. Sonurinn/faðirinn er lotleg landvættur og hann heldur á stuðlunum eins og viðvaningur í byggingarvinnu, hann gæti þá og þegar misst þá alla niður á brautina á nýjan leik hugsar maður ögn gramur uns það rennur upp fyrir manni að hann heldur svona á þeim til þess að þeir geti myndað þríhyrning í samspili við þríhyrninginn sem þjóðin myndar.

Tvö augu.

Sem horfa á okkur horfa á sig. Hann horfir lengi á þessa helgimynd og hún, ásamt sólinni og fólkinu og þögninni ölvar hann þetta kvöld.

***

Stundum er Reykjavík gráblaut og þá gengur fólkið um göturnar eins og það sé að hugsa: Æ. – Það hefur enga sýn. Gerir sér engar grillur um neitt, gerir enga vitleysu, steypir sér ekki í skuldir, en það hefur enga sýn: borgin er draumlaus og þögul og dáðlaus og þunglynd. Þá rýkur moldin um ríki sitt eða muggan og myrkrið og tungl . . . Það er bara Kári sem kveinar handan við næsta húshorn, handan við næsta dag – það er bara í mæninum sem hriktir, sem drýpur, sem næðir, það er bara í vaskinum sem heyrist plisk og hvernig væri að fara drífa sig í vinnuna eða hvað það er sem maður á að gera, plisk-slabb, slabbi-plask, Mörsugur, Marsember, Þorrember, það er fúkki í teppunum. Það er soðning í pottunum, raki í sokkunum og alls staðar þetta grjót. Stundum er Reykjavík hlaðin ósögðum orðum og óorðuðum kenndum í hennar garð; fúkkaborg, mugguborg, myrkraborg, skýjaborg.

En þetta kvöld skein sólin enn á vesturhimni og roðaði nokkra skýhnoðra yfir jöklinum. Grænt var alveg grænt; bláminn blár. Það var ilmur af sól og bílum. Fólkið sem hann mætti leiddist prúðbúið og tært loftið titraði af ráðagerðum, af framtíð, ég og vinir mínir allir og jafnaldrar vorum í hausunum á þessu fólki, við svifum um loftið sem dásamlegur möguleiki, uppgufun og brátt myndi okkur rigna niður. Hann gekk upp á Bergstaðastræti þar sem hann hafði fengið herbergi og alla leiðina horfði hann. Þarna á kall með hatt og þarna á kellingu sem kjagaði móð, á krana, bíla, börn – fædd og ófædd.

Og á meðan hann gekk í gegnum bæinn þá skildi hann að hvenær sem væri gæti þetta fólk séð hafið eða farið að dansa. Og þegar hann stendur núna við norðurgluggann gæti hann alveg hugsað sér að fara aftur út. Hér liggur eitthvað í loftinu. Hann gæti alveg hugsað sér að hitta aftur litla strákinn af neðri hæðinni sem hann mætti með mjólkurflöskurnar og kallana tvo sem strákurinn býr hjá – skyldi annar vera afi hans? Og hann gæti alveg hugsað sér að mæta aftur stúlkunni sem býr í risinu.

Sigrún.

Hún var há og tíguleg með lifandi hár, slegið niður á bak, svart. Hún var með langan háls og hún var í brúnni kápu og augun tindruðu svört. Honum fannst hún ein. Hann mætti henni í stiganum þegar hann var að koma og hún var að fara. Hún brosti hæversklega en ekki feimnislega, nóg samt til að bera skakkar tennur. Honum fannst hún fögur og ljót, ein og ómótstæðileg og fór aftur yfir samræður þeirra.

Hann sagði: Komdu sæl, ég heiti Sigurður Sigurðsson frá Bjarnarstöðum í Efridal – og rétti fram höndina.

Hún sagði: Komdu sæll, ég heiti Sigrún Jóhannsdóttir frá Tungu í Ytridal – og tók í höndina.

Hönd hennar var svöl viðkomu, nýstárleg og hrein og bein. Svo fór hann upp og hún út og hann stendur við norðurgluggann og horfir út yfir öll þökin í bænum og heyrir bílaniðinn og hugsar um allt fólkið sem hann hefur séð og lyktina og sólina og mistrið og jökulinn í vestri og það er eitthvað í loftinu hérna. Honum finnst að það sé frelsið. Brautin er rudd.

Það er drepið á dyr. Kom inn.

Hvernig gat hann verið búinn að gleyma Önnu allt í einu sem var svo falleg af því hún var að sunnan? Hún stendur í dyrunum en þó hún standi kyrr þá streymir hún öll inn og hún fyllir hvern lítinn krók, tekur sér bólfestu í öllum hans þingum. Jarpa og krullótta hárið er jafnvel í ennþá fastari og óskiljanlegri skorðum og sveigum en síðast þegar hann sá hana og í draumum hans var það alltaf slegið. En þetta er ekki draumur. Hún tekur svolítið hikandi í hönd hans og býður hann velkominn og það er ekki draumur, það er snerting. Hún er máluð. Undir svartri drakt er eintómt hold. Hún fitlar óstyrk við hárlokk, ekur sér svolítið, stamar dálítið og hikstar á því sem hún átti að segja, þarf að byrja aftur, brosir. Er hún að ruglast af því hún er svo falleg? Er hún svona falleg af því hún ruglast? Það er óstyrkur hennar sem streymir um allt herbergið, efi hennar um að hún hafi nokkurt leyfi til að hafa slík áhrif sem hún veit einhvers staðar innst inni að hún hefur, jafnvel þótt hún vilji neita því. Hún ruglar með nærveru sinni vegna þess að hún sendir frá sér rugluð skilaboð, hún hefur lagt rækt við að gera útlit sitt sem dásamlegast en vill þegar á hólminn er komið draga úr, tempra, halda aftur af . . . og magnar áhrifin.

Hún útskýrir að Jón og Katrín hafi þurft að fara út úr bænum og beðið sig um að líta eftir honum, Sveinn sé að vinna. Hann stendur yfirþyrmdur og horfir á hana. Hún spyr hvernig honum lítist á – hann brosir. Hann eigi að mæta í fyrramálið klukkan hálf átta heim til þeirra, veistu hvar? Hann hristir höfuðið brosandi. Hún útskýrir það – rödd hennar er dálítið dimm.

Jarpa hárið. Augun. Hélt hún lengi í höndina á honum þegar þau kvöddust? Já. Og brosti? Og brosti. Hann sagði: Mér finnst svo gaman að vera kominn hingað. Andlit hennar gekk í gegnum tíu svipbreytingar við þau tíðindi. Og hún ók sér. Hún var með ilmvatn.

Og hann gengur með það í vitunum niður Laugaveginn og niður Hafnarstrætið og vestur á vit sólar og alveg út á granda þar sem hann staðnæmist til að horfa á sólina setjast. Hann telur skýin, þau eru sjö, öll gullin. Jökullinn er eins og hann sé ekki til. Hann horfir á sólina síga hratt og rólega bak við fjöllin hinumegin, þessi fjöll sem hann heyrði einhvern tímann að hétu Helgrindur og loga núna. Næturfiðrildi ólmast kringum hann en það er ekki geggjað heldur er bara að reyna að koma öllu í verk þann skamma tíma sem það á ólifaðan, samt er það nýfætt. Mávur svífur. Bára gjálpar. Par stendur við hliðina á honum, stúlkan stendur fyrir aftan strákinn og heldur utan um hann, þau horfa á sólina sökkva og hún segir: Ekki fara. Og strákurinn beygir sig niður að henni og kyssir hvirfilinn á henni og hvíslar: Nei, ég skal ekki fara, og hún hjúfrar sig að honum og hvíslar á móti: Ég meinti ekki þig. Skýin eru allt í einu ekki lengur sjö, þau eru fimmtán eða fjögur. Hann veit það ekki, skiptir ekki máli skiptir ekki máli skiptir engu andskotans máli, hann hristir höfuðið brosandi og án þess þau heyri bærir hann varirnar.

Og syngur.

The blues

HANN HVARF og kom í ljós. Annaðhvort talaði hann eða þagði. Og hann þagði ekki vegna þess að hann væri að hlusta. Við stóðum oft í hóp á þessum árum og töluðum æstir um einhverja bíómynd eða bók og hann stóð kannski í miðjum hópnum og var fjarlægur. Ég horfði þá stundum á hann meðan einhver var að tala og sá aðeins þessi fjarlægu og dökku augu, þennan kyrra og útskeifa skrokk, þennan lokaða munn, og ég vissi aldrei hvort hann var í svona þungum þönkum, hvort hann var svona dapur eða annars hugar, eða hvað amaði að honum – kannski ekkert. En þá kom það fyrir að hann leit til mín og brosti dauflega yfir einhverri endursögninni á bíómynd og segði með vinsamlegu hnussi: Já hann já – já það já. Og ég varð glaður eins og kjáni yfir því að hafa hrist hann um stund úr doðanum, þó ekki væri nema til að hann segði já hann já og hyrfi aftur. Ég varð glaður og hryggur í návist hans, mér leið alltaf einhvern veginn í návist hans.

Við héldum mest hópinn þrír, ég og Kjartan og Palli. Steindór átti bíl og var þess vegna líka með og Egill var vinur Palla og þess vegna líka með. Þegar ég lenti einn með honum vissi ég ekki almennilega um hvað ég ætti að tala. Binna í Gröf og stéttarstöðu hans?

Og auðvitað Helga, hún fylgdi hópnum oftast, en stundum hvarf hún og þá voru þau ekki saman – ég skildi aldrei almennilega hvernig samband þeirra var, maður vissi aldrei hvenær þau voru saman og hvenær ekki. En þeim leið vel þegar þau voru saman, oftast nær, og það gat orðið hvimleitt fyrir okkur hina að horfa upp á eða að reyna að horfa ekki upp á þegar hann var sem mest utan í henni. Það var svo sem í lagi meðan hann lét sér nægja að halda utan um hana og í höndina á henni og maður gat reynt að brosa skilningsríkur yfir þessum eilífu hvíslingum þeirra í milli og jafnvel reynt að kinka einhvern veginn kolli þegar hann greip fram í ræðu manns til að lýsa því hástöfum yfir við mann að henni viðstaddri hversu æðisleg hún væri og gott að kyssa hana og hann ELSKAÐI HANA HREINLEGA. Maður gat þá brosað til hans og hennar og til Palla því vissulega var það afar ánægjulegt, en maður var óneitanlega farinn að snúa þumlum þegar hann tók að narta í eyrnasnepilinn á henni í miðjum samræðum um stjórnmálaástandið og hvað gat maður gert þegar hann var kominn með lúkurnar undir mussuna hennar og farinn að káfa á brjóstunum á henni með einhvern kjánaskap á vörunum? Til hvers ætlaðist hann af manni? Ekki neins? Það var eins og hann tæki skyndilega ekki eftir því að fleiri væru viðstaddir, eða hætti einfaldlega að hirða um það, en þegar ég sit hérna og sé þetta fyrir mér finnst mér það undarlega sárt þegar rifjast upp fyrir mér hvernig blygðun og gleði toguðust á í svip Helgu sem gat ekki leikið þennan leik með honum af fullri innlifun, en heldur ekki stöðvað hann af fullri afneitun. Hún sagði: Hættu þessu, en ekki mjög hvasst. Henni fannst greinilega óþægilegt að vera þukluð svona frammi fyrir okkur – en hann var líka að snerta hana, koma til hennar, tala við hana með höndunum og hann var svo einlægur og mikill strákur, hann meinti þetta svo mikið.

Hann meinti þetta. Það var engin önnur sem hann lét svona utan í – engin önnur sem . . . Lét hann svona vegna þess að hann langaði svo mikið til að elska hana? Trúin á mátt orðsins: ef maður segist elska þá elskar maður. Kannski ruglaði hann atlotum saman við ást og hélt að það að sýna ást væri ást, að sýnast ástfanginn í annarra augum væri að vera ástfanginn. Ég veit það ekki. Ég grufla of mikið – en hann kelaði líka of mikið.

Og hvernig á ég að skýra þegar við vorum í partíinu í þriðja bekk hjá dóttur stórkaupmannsins og allir voru að syngja og ég að spila undir á píanóið, og hann æpti logandi allur í augunum: Hei taktu blús! og ég tók blús og hann ljómaði og Helga ljómaði og Palli og Sigga ljómuðu líka og auðvitað Ása – hún ljómaði mest enda til hennar leikurinn gerður . . . Hvernig á ég að skýra?

***

Ég man allt: Fyrst fékk ég mér sopa og tók svo hraðan blús og allir klöppuðu í takt og sumir voru komnir upp á stóla og upp í sófa nema heimasætan sem reyndi skelfd að sýnast hress og Ása sem stóð við píanóið og horfði á mig heitum augum, rauðhærð og rjóð. Ég hafði komið heim til hennar þrisvar sinnum og séð hana tala fingramál við heyrnarlausan bróður sinn og kannski var ég þess vegna skotinn í henni; hún átti einhver svið sem voru mér lokuð. Hún var líka dúx og ballerína, tíguleg og þóttafull og stóð í fyrstu eða annarri pósisjón þegar hún talaði við mann. Hún hafði kysst mig eitt kvöld á sófanum mínum, ég hafði snert hana, það var eins og að koma við ilm. Og þegar hún var að tala við bróður sinn var eitthvað í hreyfingum hennar og svip sem mig langaði í.

Eftir hraða lagið fékk ég mér nokkra sopa og svo tók ég hæga lagið og húmið seig á í stofunni, reykslæðurnar, skuggarnir, sumir fóru að vanga, aðrir sátu og horfðu í gaupnir sér, nóturnar kveinuðu umgang eftir umgang, þetta var eins og langt og kvalafullt líf sem ég sökk ofan í, sérhvert angur mikilla meistara streymdi fram í puttana á mér. Þegar ég rankaði við mér á nítjánda umgangi var kliðurinn orðinn slíkur að það var sjálfhætt. Ég fékk mér sopa og stal skrautlegum frasa úr Chopin-valsinum og þyrlaði svo upp endi og stóð upp. Ég fékk mér sopa. Palli sagði: Frábært, við þurfum að gera þetta aftur, og það rann upp fyrir mér að hann hafði allan tímann verið að anda í munnhörpuna sína með mér. Ég fékk mér sopa. Palli sagði: The blues ain't nothing but a cold grey monday mornin' og ég kinkaði kolli og sagði: Ja-há, áttu nokkuð sígarettu? og Palli sagði: Þú átt aldrei sígarettur, ég er búinn að gefa þér hálfan pakka í kvöld, ég er orðinn hundleiður á . . . og ég sagði: Ókei Gosi slappið af tær manstu, og stal sígarettu af borðinu. Ég kveikti í henni. Ég sogaði að mér. Ég blés. Ég fékk mér sopa. Við vorum ennþá eins og eitthvert félag: báðir í gallabuxum og gallajökkum. Marlboromennirnir. Við vorum á svipinn eins og við hefðum ofsalega mörg bringuhár. Ætli draumurinn hafi ekki verið að einhver benti á okkur og segði: Hei ætli þessir séu að vinna í hvalnum?

Ég fékk mér sopa, glogg, glogg. Mér hitnaði í eyrunum. Ég fann suð í eyrunum. Fólkið var allt að renna saman í einhvern dyn í eyrunum. Ása var málið núna og ég svipaðist um eftir henni – hafði hún virkilega ekki staðið allan tímann við píanóið til að dást að mér? Virkilega ekki? Greinilega ekki. Ég sá kött. Ég fékk mér sopa. Hann hafði hætt sér inn í partíið og stóð sem lamaður og horfði, dulúðugur og hálfvitalegur. Svo skaust hann niður stigann, ofní kjallara. Ég elti heillaður og hálfvitalegur. Niðri var hópur kringum húsráðandann, grósserinn sem sat á stól með hertan þorskhaus í höndunum og hníf. Hann var í skyrtu og með bindi. Það var laushnýtt yfir flakandi skyrtunni og það glitti í loðin brjóstin; skyrtan var ógyrt að aftan. Hann var að segja krökkunum frá ömurlegri bernsku sinni og því hvernig hann hefði mátt borða herta þorskhausa í öll mál. Þau hlustuðu prúð. Hann sagði: Þið skiljið þetta ekki, þið getið ekki skilið þetta, hvert bein hefur nafn! Þau kinkuðu öll kolli. Ég hef verið á bestu veitingahúsum í heimi! þrumaði hann og veifaði hnífnum í annarri og hausnum í hinni – á Hereford-beef og hvað þetta allt saman heitir og vitiði hvað ég hef sagt við þá: Giv mig en torskhoved hef ég sagt, det er beste mad som jeg har smaget! Svo sneri hann sér að Agli sem hengdi haus og sagði: Þið þessir ungu menn. Þið skiljið þetta ekki. Egill muldraði: Æ dinglaðu þér, en sá gamli heyrði það ekki. Kisa var komin út í horn og undir skáp, ég gekk varlega til hennar kisakisandi. Hún stakk hausnum út og horfði á mig forvitin og tortryggin. Svonanú smakkaðu bara! heyrði ég út undan mér. Litla kisa, röflaði ég og elskaði ekkert í heiminum heitar en hana kisu: Litlalitla kisa. Mjásapjása. Ertu svo lítil og vitlaus kisa? Ég skreið til hennar á fjórum fótum og rétti út vísifingur í áttina til hennar. Ég fann litla svarta trýnið snerta hann, blautt og elskulegt. Hún hnusaði lengi og vandlega og virtist vera að velta því fyrir sér hvort hún ætti að koma undan skápnum. Það var fátækt! æpti grósserinn. Hún skreið til baka.

Og ég sat þarna úti í horni við skápinn hjalandi við kisu sem vildi ekki koma til mín þegar þau komu allt í einu út úr herberginu, Kjartan og Ása, Kjartan vinur minn og Ása, Kjartan trúnaðarvinur minn og Ása, og Ása var rjóð og rauðhærð og í rugluðum fötum og Kjartan var í vandlega gyrtri skyrtu, og var það ég sem kom þeim saman með því að tala svona mikið við þau um hvort annað? Var það ég sem gerði þau forvitin hvort um annað? Og var það ég sem skapaði réttu stemmninguna með því að spila svona vel og af hverju gerðu þau þetta, vinur minn Kjartan sem ég hafði verið laminn í magann fyrir og Ása sem vildi bara kyssa og aldrei neitt meira og ég gat ekkert sagt og ég sagði samt við þau hálfvolandi þetta eina sem kokkáll getur sagt: Ég er að tala við KIIISU og þau komu bæði til mín og krupu hjá mér og fóru líka að kisakisa og þannig vorum við þrjú þegar Helga var allt í einu komin líka grunlaus og kisakisandi og átti ég að segja henni frá þessu? Vissi hún kannski af þessu? Hvers konar fólk var þetta eiginlega? Ég gat ekki snert Ásu, ég gat ekki horft á hana, aldrei framar, og hvað voru þau að gera þarna inni í herberginu tvö alein? Ég vissi það ekki. Spjalla um mig? Nei. Voru þau að ríða? Spjalla um mig og ríða? Ég skildi það ekki og mig langaði bara til að klappa kisu og líklega var það ég sem fékk þá hugmynd að freista hennar með hertum þorskhaus, það eina sem ég vildi var að fá að klappa kisu, kondu kisa, en það var samt óþarfi af mér að rífa hann svona harkalega af kallinum í miðri frásögn af fátækt sinni í bernsku og allt í einu var ég einn úti á tröppum snöktandi og öskrandi helvítis kallpungur og ógeðslegi þorskhaus . . . og Kjartan kom allt í einu í ljós, var allt í einu hjá mér og hann fór með mér, hann fór með mig heim, og ég hellti mér yfir hann á leiðinni, hvað voru þið að ríða þarna eða hvað? öskraði ég aftur og aftur og hann sagði nei við vorum að skoða bækur, skoða plötur, tala saman, og hann huggaði mig, fáránlegt, ég lét hann af öllum mönnum hugga mig og af hverju gerðu þau þetta? Hún sem talaði svo fallega með puttunum við litlabróður sinn og var svo góð og vinur minn og bróðir minn og fjandi minn sem ég trúði meira að segja fyrir hatri mínu á og hvernig á ég að skýra þetta núna, þegar ég sit hérna í húminu, hérna í skuggunum einn við kringlótt borð og hlusta á hringlið í ísmolunum og eitthvert þrusk inni í mér og reika villtur um hélugráa rangala og á víst ekki lengur neitt og ekki einu sinni neina kisu . . .

***

Daginn eftir ætlaði ég að vera aldrei framar til. Mér fannst ég finna til. Ég lét skólann eiga sig, ansaði já þegar afi spurði við dyrnar hvort ég ætlaði að sofa frá mér lífið og heyrði hann svo skella reiðilega útihurðinni. Einhvern tímann eftir hádegið vaknaði ég við að síminn hringdi – ég reiknaði með því að það væri Ása að segja að við pössuðum ekki nógu vel saman og sinnti því ekki en fór á fætur og ráfaði um íbúðina, setti plötu á fóninn, opnaði bók, las minningargreinar eins og ég geri alltaf timbraður, átti bágt. Klukkutíma seinna kom Kjartan. Hann settist í hægindastólinn minn og teygði makindalega úr sér og dæsti. Hann glotti. Hann var í sólskinsskapi.

– Heyrðu froskur, helvíti varstu fullur maður.

– Hvað voruð þið að gera þarna í herberginu?

– Heh! Gera hvað? Hvað meinarðu eiginlega?

– Hvað gerðist?

– Nú bara. Þú varst brjálaður, reifst þorskhausinn af kallinum og öskraðir kisakis. Þú veist það þýðir ekki að öskra á ketti.

– Var ég að öskra á köttinn?

– Já, þetta var alveg fáránlegt maður. KISAKIS!! Alveg brjálaður. Þetta var kómískt hreinlega, alveg gífurlega kómískt.

– Hvað gerði kallinn?

– Honum svall móður. Sagði að þú vissir ekki hvað rúgbrauð og soðning kostaði og spurði hvort þú værir hassdrukkinn. Það var kómískt, góður frasi. Hann var alveg dýrvitlaus, sá eðla kaupmannshöldur. En svo fór hann allt í einu að ógna þér með hnífnum og það var Helga sem fór svo með þig út, hún var sú eina sem náði nokkru sambandi við þig – manstu ekkert eftir þessu?

– Nei.

– Hún fór með þig út og var að reyna að tala við þig en það þýddi ekki neitt og svo kom ég og fór með þig heim.

– Hvað sagði ég við Helgu?

– Ég veit það ekki. Hún kom bara inn og bað mig að reyna. Heyrðu þetta var ekki neitt í gangi milli mín og hennar þarna stelpu. Hún var bara að segja mér frá bróður sínum. Hann er heyrnarlaus, ægilega sorglegt.

– Er það virkilega?

– Hei, hvaða? Ertu að spá í hana, ertu skotinn í *henni?*

Allt fer. Þegar hann horfði svona syndlaus á mig og spurði mig þessarar einföldu spurningar með mildri ásökun sem hvergi heyrðist þá gufaði hún upp þessi hilling um ást. Hann horfði syndlaus á mig og allt í einu var það ég sem mátti skammast mín fyrir framkomuna við þorskabítinn og þennan eltingarleik við köttinn og hvað í ósköpunum skyldi ég hafa sagt við Helgu? Allt í einu var það ég sem mátti blygðast mín fyrir Ásu – fyrir að vera skotinn í jafn fráleitri stúlku og Ásu.

Þannig var hann. Hann hvarf og kom í ljós og þegar hann kom í ljós nægði honum að horfa á mann, syndlaus. Hann horfði á mig um stund og sagði svo: Heyrðu ég þarf eina sjálfrennireið lítið eitt að prufa, vilt þú ei í bíltúr einn skreppa meðan báðir fætur uh . . . er það nú ráð mitt . . .

Hvernig gat ég annað en hlegið að þessu lágkúrulega orðskrúði? Og þegar ég hafði hlegið gat ég klætt mig. Við ókum upp í Heiðmörk og hann söng fyrir mig alls konar lög úr sjónvarpsþáttum og fór með heilu auglýsingarnar milli þess sem hann sagði mér frá pabba sínum sem kom einn úr sveitinni með tvær hendur tómar og stofnaði fyrirtæki. Ég sagði honum frá pabba mínum og mömmu og hljómsveitum sem ég var hrifinn af og ljóðum sem ég ætlaði að yrkja. Hann sagði helvíti gott maður. Við löbbuðum lyngmóa. Við lágum í lyngbrekku. Við brenndum í bæinn.

***

Þú varst að spila og það var svo mikil stemmning, það

var svo gaman, mér fannst svo ofsalega gaman og þegar mér finnst svona virkilega gaman þá gerist eitthvað, ég var alveg bara farinn að dansa upp um þakrennuna maður, veistu: þú ert djöfulli góður píanisti. Stundum ertu alveg frábær, þetta er alveg satt, þú bara gerir ekki nóg með þetta. Þú hefðir átt að sjá liðið, það voru allir svo hrifnir. Þú tekur þetta ekki nógu alvarlega maður, það er málið, maður á að taka það alvarlega sem manni er gefið. Veistu það að mér finnst að maður verði að reyna að verða eitthvað. Og maður eigi að prófa allt sem maður gæti gert – sko, það eru ekkert allir sem fá svona sénsa, sumir hreinlega feila sig á einhverju, kannski bara smáatriði, sjáðu pabba, og aðrir fengu aldrei neinn séns. Skilurðu. Þú gætir orðið frægur fyrir að spila maður, ég meina mér finnst að þú ættir að vera í hljómsveit eða eitthvað, ég meina þú *ert eitthvað*, skilurðu. En ókei, það er kannski eitthvað annað sem þú vilt og það er fínt maður, allt í lagi með það, þú átt auðvitað að gera það sem þér finnst að þú eigir að gera, hva, auðvitað, og kannski verðurðu æðislegt ljóðskáld, djöfull gæti það orðið gaman, ha, það væri virkilega . . . nei, mér fyndist virkilega vænt um það, ég yrði sko virkilega . . . kannski getum við . . . veistu: Það er svo margt sem *við* eigum að gera, ég meina við tveir, saman . . . við sjálfir. Pældu í þessari borg hérna, sjáðu hvað hún er full af eyðum, þú þarft ekki annað en að horfa á hana. Við getum valið sjálfir hvaða eyðu við fyllum upp í. Það vantar allt! En við verðum að gera það sjálfir. Það gerir það enginn annar fyrir okkur og þó við gerum hlutina ekki alltaf saman eða kannski of mikið saman og líka þó við gerum hvor öðrum eitthvað, þá verðum við að styðja hvor annan, ég meina, ég hef bara þig. Ég má ekki gera þér svona hluti, ég meina, ég bara má það ekki. Þá er ég að skaða sjálfan mig, ég veit það, þú ert hin hliðin á sjálfum mér. Og ég veit það, það er alveg satt, við verðum að geta treyst hvor öðrum. En þegar ég get ekki einu sinni treyst sjálfum mér, hvernig ættir þú að geta treyst mér? Viltu aldrei treysta mér, ha. Viltu lofa mér því? Ég veit ekkert af hverju . . . ég verð hrifinn held ég . . . ég meina: kannski er ég eitthvað pínulítið klikkaður, skilurðu, mér finnst það stundum, en ég verð æstur og hrifinn og það var ekki endilega hún sem ég var hrifinn af þarna, kannski varst það þú sem ég var svona hrifinn af, ha, geturðu skilið það? Þó að mér finnist . . . sko nú er ég að tala við þig bara sem vinur, en ef þú ætlar þér eitthvað með þessa músík mættirðu pæla meira í því sem er að ske núna, því sem er nýjast, þú átt alltaf að vera með í því sem er nýjast, en ókei, það skiptir ekki máli. Það sem ég ætlaði að segja. Sko. Skilurðu. Já! Hvernig þú spilaðir, það bara kom mér í svo ferlega gott skap og ég bara þreif hana með mér niður, ég vissi ekki af mér, og hún kom með mér og allt og allt í einu vorum við komin þarna inn í eitthvað herbergi og upp í eitthvað rúm og farin þú veist, virkilega . . . skilurðu . . . en það skiptir ekki máli í rauninni, ekkert svona skiptir neinu máli í rauninni. Þú veist *í rauninni*, þú veist það. En ég vil að þú vitir, veistu, sko ég vil að, ég vil ekki að það séu nein leyndarmál. Þú getur sagt það sem þú vilt og sagt mér að ríða ömmu minni og ég skil það alveg, en þetta skiptir ekki máli í rauninni, mér er alveg jafn illa við mig og þér, ég þekki hana varla, ég meina, ætli . . . nei sjáðu! Mús! Þær eru fyndnar, á hverju ætli þær lifi á veturna . . . Sástu hana ekki? Nei það sem ég ætla . . .

– Já.

– Ha?

Ætli ég hafi ekki sagt já og fyrirgefið honum vegna þess hversu gersamlega fyrirmunað honum var að sjá um hvað málið snerist og hann hafði í raun og sannleika miklu meiri áhuga á músinni en þessu klúðri sem hann skildi ekki hvers vegna var svo mikið vandamál. Hann var algjörlega siðblindur. Hann lifði algjörlega í augnablikinu. Í nýlundunni. Hann skildi ekki að háttarlag sitt til ills eða góðs kæmi á nokkurn hátt við aðra, ekkert var öðrum að kenna, ekkert öðrum að þakka. Hann varð hrifinn af lífinu, hann sogaðist að ljósinu og á meðan var hann algjörlega einn með ljósinu, bara ljósið og hann. Og eftir á fannst honum þetta koma öðrum ámóta mikið við og ef hann hefði gengið einn út í tunglsljósið eða farið einn í bað. Hann sagði fyrirgefðu mér og viltu aldrei treysta mér og hann hefði allt eins getað sagt við mig: Þú fyrirgefur, þú verður að passa þig þegar ég er annars vegar, vegna þess að ég er því miður bara svo óumræðilega fagur og æðislegur og tíuþúsund sinnum eftirsóknarverðari en þú, ég get ekkert gert að því, en svona er þetta elsku vinur, ég skal alveg styðja þig í þessu brölti þínu í heiminum vegna þess að ég er vinur þinn en ekki ætlast til þess af mér að ég afsali mér nokkrum sköpuðum hlut. Ég fyrirgaf honum vegna þess hversu algjörlega sjálfhverfur hann var, ég veitti honum aflausn synda vegna þess að afsökunarræða hans var blygðunarlaus og augljós og hræsnisfull og sönn.

Ó líf!

ÞETTA VAR fjórða vikan hans í Reykjavík og honum þótti allt mjög merkilegt ennþá, jafnt dyntótt veðrið og margbreytilegt fólkið sem öll þau undur sem rafmagni fylgdu. Þeir voru þrír á verkstæðinu hjá Sveini og einn strákur í afgreiðslunni. Auk hans var Hrólfur sem gat verið gamall bóndi og Sigþór sem var skemmtilegi maðurinn á vinnustaðnum. Þetta var fjölbreytilegra en hann hafði órað fyrir: þeir fóru út um allt og lögðu rafmagn og gerðu við eða tóku á móti ýmsu dóti og gerðu við á verkstæðinu, hann vissi aldrei hvað stæði til að gera næsta dag.

Sveinn gat verið milli fertugs og fimmtugs, hann var þrekinn og sterklegur og loðinn, alls staðar loðinn: hann hafði mikið hár á höfði, dökkt og þykkt með gráum lokkum í og skeggið var dökkgrátt; grá hár gægðust upp úr hálsmálinu að aftan og framan, streymdu fram á handarbakið og allt upp á puttana, hár stóðu út um nefið og eyrun; á hálsinum milli barkakýlis og viðbeina var mjó rönd af hárlausu holdi milli skeggsins og bringuhársins sem Sigurður ímyndaði sér stundum að væri snöggi bletturinn á þessum stóra og hryssingslega manni með bassaröddina og hláturinn sem hafði ómað í stofunni á Bjarnarstöðum og ómað áfram í huga piltsins allt þar til hann kom suður. Hann hafði tekið honum hlýlega og án málalenginga. Hann sýndi honum handtökin af þolinmæði og einhvers konar skeytingarleysi og þurfti fyrir vikið bara að sýna þau einu sinni.

Sigþór var um þrítugt. Hann kom úr einhverjum firði og hafði verið til sjós áður en hann lærði hjá Sveini.

Hann var kinnfiskasoginn og kinnbeinin mjög ósamstæð, hárið var rautt og þunnt og augun lítil. Hann var fyndinn. Hann var skemmtilegi maðurinn og stökk því aldrei bros. Þegar hann sagði réttu mér sykurinn var almennur hlátur, vegna þess að almennt samkomulag ríkti um að allt sem hann segði væri spaugilegt. Hrólfur og strákurinn mændu á hann og biðu eftir fyndninni, allir fóru að brosa um leið og hann gekk inn úr dyrunum; menn hlógu þegar hann ræskti sig. Hann var sérfræðingur í því að fara í annað herbergi og láta heyrast í sér þaðan – vald hans á vinnufélögum sínum var svo algjört að hann fyrirleit það. Fyndni hans var lítilsigld og þunglyndislegt yfirbragð hans vitnaði um að hann vissi það. Þegar Sigurður var búinn að vinna í viku gall í Sigþóri á mánudagsmorgni: Helvíti ertu hjólbeinóttur, hvað varstu eiginlega að gera?

Sigurði fannst þetta skemmtilegasti maður sem hann hefði hitt. Hann hafði aldrei áður á ævi sinni hitt mann sem velti ekki vöngum í tíu mínútur áður en hann talaði: hann hafði aldrei áður hitt orðaspjátrung og vissi ekki hvernig hann átti að fara að því að svara honum. Hann hló bara að honum og mændi á hann.

***

Hann gekk marga götu margt kvöld og í margs konar veðri og hann skynjaði lyktina sem lá í loftinu, hann fann norðaustangoluna á hálsi sér og kinnum, hann fann suðvestangjóluna smjúga um sig. Hann gekk rösklega og ævinlega eins og allt væri á fótinn, sveiflaði höndunum, horfði í kringum sig, augu hans voru alltaf blá og full trúnaðartrausts, augnaráð hans var rannsakandi jafnvel þótt ekkert virtist að sjá utan kannski hvikull köttur, annars þögnin og regnið og kyrrstæðir bílar og hús, ein og ein rugluð mannvera á ráfi, stelpur í flokkum, strákar í flokkum – skilti, varningur í gluggum. Hann horfði á húsin athugulu atvinnumannsauga, en var ekki miklu nær. Hann hugsaði um að hann myndi eignast konu. Hann vildi eignast börn, hann sá sig í stóru og björtu húsi með bíl fyrir utan, hann undi sér við þessa hugsun og fann að hér gæti hann skapað sér líf, en tók ekki eftir því að í hlutverki konunnar var ævinlega stúlkan af efri hæðinni, Sigrún, sem hafði þegar búið um sig í huga hans í þessu hlutverki, án þess að hann leiddi svo mikið sem hugann að því hvort hún myndi ef til vill trúlofuð öðrum. Hann hugsaði um fuglana í sveitinni og saknaði hundsins og hvammsins, hann bar í huganum saman mjúk form landsins með hæðum sínum, ásum og lautum og hvöss form borgarinnar, þar sem allt var kantað og skipað niður í þríhyrninga og ferninga; meira að segja fuglarnir voru aðrir hér. Þeir sungu ekki heldur görguðu – meira að segja flugurnar hér voru aðrar, þær virtust ærðar.

Gömlu mennirnir tveir af neðri hæðinni tóku alltaf á móti honum þegar hann kom úr vinnu, þeir stóðu á nákvæmlega sama blettinum og þeir höfðu staðið þegar hann fór af stað á morgnana. Þá voru þeir niðursokknir í að ræskja sig og hrækja. Þeir voru að taka daginn, spá fyrir um veðrið og það var eins og þeir hygðust spá í sín eigin innyfli. Þegar hann kom heim virtust þeir hafa hrækt nægju sína og létu sér nægja að raula og ræða hvernig veðrið hefði verið og hvernig það yrði á morgun. Þeim skjátlaðist oftast. Þeir höfðu báðir rollur fyrir utan bæinn og ræddu við hann um þær og sögðu honum frá skipstjórum sem þeir höfðu haft, eða voru kannski að segja hvor öðrum frá þeim – eða voru kannski að segja sjálfum sér frá sjálfum sér, ég veit það ekki. Þeir sögðu honum frá útvarpserindum og kenningum Sigurðar Nordals um líf og dauða sem þeim þóttu merkilegar, einkum sagan um Ferðina sem aldrei var farin, sem þeir áttu bágt með að skilja. Af hverju fór hann ekki bara, spurði annar og hinn svaraði: Skilurðu það ekki fáráðlingurinn þinn, ekkert geturðu skilið – svo þagnaði hann og fór að raula. Hann raulaði rammfalskt. Þeir röktu líka fyrir honum söguna um norska lukkuriddarann sem hófst úr engu og barst á um hríð sífullur og hávær og kveikti í vindlum með peningaseðlum. Þeir dáðu hann. Þeir stóðu þarna eins og minnismerki um sjálfa sig, hvimandi og hrækjandi, hjólbeinóttir og knýttir, lotlegir og litlir. Þeir báru báðir hvolpana og reyndu að troða annarri hendi í buxnavasa, sem tókst einungis til hálfs, hin var laus og kreppt, hálfopin eða hálflukt og gat geymt neftóbaksbauk – gat verið tóm líka. Þetta voru sveitamenn. Þetta voru Reykvíkingar.

Hann borðaði með þeim hafragraut á morgnana og kvöldmat sem móðir litla drengsins eldaði; hún sagði aldrei neitt og eldaði aldrei neitt annað en fisk og hafragraut. Hann hafði aldrei séð konu sem gat verið jafn engan veginn, hann gat ekki einu sinni munað hvernig hún leit út á meðan hann var að horfa á hana; hún var alltaf sviplaus nema þegar faðir hennar, raularinn, þakkaði henni fyrir matinn um leið og hann stóð stirðlega á fætur og strauk henni laust um vangann, þá vottaði fyrir vipru í öðru munnvikinu, en það var ómögulegt að segja hvort vipran vitnaði um gleði eða gremju.

Og Sigrún. Uppi í risinu var Sigrún og hafði með hægðinni þokað Önnu burt úr hugskoti hans nema í stöku órólegum draumi á mörkum svefns og vöku. Þegar hann mætti henni í stiganum var hún alltaf ný. Hún var alltaf öðruvísi á einhvern máta en hann minnti, þó hún væri alltaf eins: í brúnu kápunni, tíguleg, hálslöng og með langa og granna úlnliði og langar og blíðlegar hendur og langt og óliðað hár – löng. Þau heilsuðust einatt með hiki eins og hvort um sig vænti þess að hitt færi að spjalla, svo leið sekúndan og hvort hélt sína leið, hann upp og hún niður, hún inn og hann út. Þau virtust aldrei eiga samleið fyrr en hann bankaði á dyrnar hjá henni eitt hægviðriskvöld og hún opnaði og áður en hann bar upp erindið sagði hún sæll og horfði beint á hann, dökkum augum, og hvernig gat það hafa nokkurn tímann hvarflað að honum að hún væri ljót?

– Viltu koma út að ganga? spurði hann áður en honum datt það í hug og hún svaraði: Já já, það vil ég gjarnan, og snerist hvik á hæli, grönn, fumlaus – löng.

Og gengu niður að tjörn, hringinn í kringum tjörnina, út í Örfirisey og aftur til baka, aftur hringinn í kringum tjörnina, upp á Bergstaðastræti, niður á Hverfisgötu, aftur til baka, þessa götu og þessa götu – þau gengu þétt saman, hún var ögn hærri en hann. Löng. Alla leiðina töluðu þau saman. Hún sagðist hafa farið burt úr sveitinni vegna þess að heimilið var mannmargt og ekki þörf fyrir hana, hún sagðist kunna vel við sig í bænum, hún hefði verið hér í nokkra mánuði, hún væri átján ára, hún afgreiddi í búð. Hún hlustaði á hann tala, honum fannst eins og hún væri raunverulega að hlusta þegar hann sagði henni frá því að hann langaði ekki að hlaupa á eftir kindum allt sitt líf, og að rafvirkjun væri iðn nútímans og að Sigþór væri svo skemmtilegur og Sveinn væri svo traustur en hann hefði þennan veika blett á hálsinum . . . Honum fannst hún skilja sig. Hún horfði á hann meðan hún hlustaði, hafði hendurnar í kápuvasanum, leit svo fram fyrir sig og lagfærði hárlokk – hún var að hugsa. Hugsaði hann. Hugsa ég.

Næsta kvöld fóru þau aftur út að ganga. Líka næsta. Líka næstu. Alltaf sömu leið, sem var engin leið. Hann bauð henni að drekka með sér kaffi á kaffihúsi. Hann hafði enn ekki snert hana.

Þau sátu á grænum bekkjum og það var gulur vaxdúkur á borðinu milli þeirra. Hún breiddi út hendurnar á borðið. Þær voru drifhvítar, hún var með langa fingur.

Við næsta borð sat toginleitur maður með tjúguskegg og starði með hönd undir kinn á þau. Hann var harmþrunginn. Þegar ungi maðurinn leit á hann í spurn sagði hann: Ég er skáld, ég er að skoða ykkur, fögru börn, ó líf! Viljiði að ég yrki um ykkur ljóð? – Þau svöruðu ekki, þau vissu það ekki, hvað segir maður við orðaspjátrunga? Það voru ekki fleiri þarna inni. – Langar ykkur ekkert heim, er þetta ekki rangt? spurði skáldið raunamætt og horfði enn á þau um stund, leit svo í gaupnir sér og dæsti: ó líf! Afgreiðslustúlkan kom að borðinu og spurði hvað þau vildu. Tvo kaffi, þökk, svaraði hann. Hún horfði á þau tortryggin og sagði loks að það væri bannað að hafa áfengi um hönd þarna inni. Þau hneigðu höfuð sín í auðmýkt yfir því. Loks kom kaffið eftir dúk og disk ásamt marmaraköku sem þau höfðu ekki pantað. Þau höfðu ekki orð á því. Þau horfðust í augu og skelltu upp úr. Skáldið hvessti augun aftur á þau. Því var misboðið. Tveir útlenskir sjóliðar komu inn og settust við gluggann. Þeir pöntuðu kaffi og fengu það strax án þess að þurfa að borða marmaraköku með. Þeir tuggðu tyggjó og hlustuðu kurteisir á skáldið fara með enska þýðingu á ljóði eftir sig. Svo fóru þeir.

– Það fylgir mér draugur, sagði Sigurður skyndilega og leit út um gluggann eins og til veðurs.

Hún greip andann snöggt á lofti, rétti úr bakinu og lagði annan handlegginn yfir brjóstið á sér svo að ermin færðist upp á olnboga; langur handleggurinn var grannur og hærður. Hún hvíslaði felmtruð: Í alvöru? Ertu að segja satt?

– Jájá. Það er sagt að það fylgi okkur draugur, karlmönnunum í ættinni.

– Hvernig?

– Þetta er skotta, kvendraugur. Og kemur okkur eiginlega ekkert við. Við sitjum uppi með hana saklausir. Það var kall á átjándu öld sem lagði fæð á annan mann út af kvenmanni og magnaði á hann þennan draug sem fylgdi honum hvert sem var, reið húsum og drap skepnur og lét vita af komum hans. Hann fór svo til prests sem sagði honum að fara á Bjarnarstaði og vera yfir nótt þar, flýta sér svo í býtið morguninn eftir og fara yfir að minnsta kosti þrjú stórfljót. Þá myndi hann losna við drauginn. Hann gerði það, en draugurinn varð bara eftir hjá okkur, alsaklausum. Og hefur fylgt okkur síðan.

– Hefurðu orðið var við hana?

– Ég veit það ekki, ég er ekki viss. Einu sinni týndi ég hring sem mér þótti afar vænt um, ég lagði hann frá mér og svo var hann bara horfinn. Mér fannst þetta ekki eðlilegt. Og það er ýmislegt fleira svona sem erfitt er að skýra með öðrum hætti. Svo gerir hún vart við sig á undan mér held ég með alls konar hætti. Stundum finnst mér eins og ég hafi séð eitthvað skjótast og stundum finnst mér . . . stundum á veturna . . . stundum þegar ég er staddur einhvers staðar í herbergi sem ég hef ekki komið í áður, ég er kannski á klósettinu einhvers staðar – þá finnst mér ég finna eitthvað . . .

Það hnussaði hátt í skáldinu: FINNST þér finna eitthvað!? Mér FANNST ég finna til, þetta er versta ljóðlína Íslands. Hvert stefnir eiginlega? Hvað kallið þið skottuna?

Þau gáfu honum ekki gaum. – Mér finnst það, sagði hann aftur og horfði alvarlegur á hana. Gult og skært ljósið skein skært á gulum dúkinum. Marmarakökusneiðarnar virtust gamlar. Mannauð stræti úti, vindur feykti gömlu dagblaði, Reykjavík hafði kveikt ljós sín í rökkrinu en leiddi ekkert í ljós. Gamli maðurinn sem sagðist vera skáld reis hnugginn á fætur og gekk út valtur í spori. Hann fór heim til sín og orti þar sonnettu um sólblik og fegurð og ó líf! Þetta gerist allt í hausnum á mér.

Þau þögðu.

– Hvað ertu að hugsa? spurði hann svo lágt.
– Ekkert, sagði hún lágt.
– Jú, eitthvað, sagði hann lágt.
– Um þetta, sagði hún lágt og tók hönd hans og færði upp að munni sér og kyssti á hnúana.

Algjört rusl

Ég hringdi ekki aftur í Ásu og reyndi að gleyma því hvað það var fallegt að fylgjast með henni tala við heyrnarlausa bróður sinn. Hún hringdi ekki aftur í mig og vildi sennilega gleyma því hvað það var fallegt að fylgjast með mér gera hvað sem það nú annars var sem var fallegt við mig. Kjartan hringdi ekki heldur; og ég hringdi ekki í hann. Enginn hringdi í neinn. Kannski lágu ósýnilegir vírar á milli okkar Kjartans sem gáfu þau skilaboð að ég ætti ekki að hringja í hann og nú fann ég það á mér að hann þyrfti að fá að vera í friði, hann vildi gufa upp, hverfa eins og hann gerði svo oft. Mánuðir liðu, hann var oftast hjá Helgu. Við Palli fórum að vera meira saman – við lásum saman til prófs, fórum á bíó saman, kjöftuðum. Stundum kom Kjartan en hann var daufur í dálkinn, starði á punkt, þurfti að hrukka ennið þegar hann talaði við okkur til þess að segja já hann já, já það já. Palli trúði mér fyrir því að hann væri orðinn leiður á Sigríði frænku og spurði mig hvort ég væri nokkuð sár. Ég var aðallega hissa: mér hafði alltaf skilist að þetta væru árin sem maður ætti að prófa sig áfram í ástamálum, maður ætti ekki að vera orðinn leiður á konunni þegar maður væri átján ára og sagði honum blessuðum að fara á kvennafar og gleyma henni. Hann sagðist hafa reynt það en hann bara gæti það ekki. Gæti ekki svikið hana og auk þess væri engin önnur. Ég yppti öxlum og spurði hvernig maður ætti nú aftur að fara að því að diffra.

Við gerðumst svo verkalýður strax um vorið. Kallinn sem við unnum hjá var byggingarmeistari og ók um á fínum jeppa, fór svo alltaf strax að klóra sér í rassinum með annarri hendinni þegar úr jeppanum var komið, í höfðinu með hinni. Hann endaði allar setningar á því að segja ha ofurlágt á innsoginu, sem gerði hann í senn kumpánlegan og kellingarlegan. Við bárum í nokkrar vikur timbrið í káta smiði sem slógu upp fyrir grunninum og ræddu við okkur greinar upp úr Ganglera og klæmdust. Við kunnum skil á hvorugu, dulhyggjunni og kvennafarinu og ollum því vonbrigðum. Þeir voru stundum að spyrja okkur: Hvað lærið þið eiginlega í þessum skóla? Og ég svaraði: Að diffra og svona, auk þess erum við eiginlega marxistar. – Það mátti vart á milli sjá hvoru þeir voru minna uppnæmir fyrir, diffrunum eða marxisma, þeir höfðu greinilega frekar vænst þess að fá svör hjá menntuðum mönnum við SPURNINGUNNI.

Þegar þeir hurfu á braut voru þeir engu nær um tilgang lífsins, en hausinn á okkur fullur af pýramídum, svörtum holum, Bermudaþríhyrningum og kenningum Einars Pálssonar, og auðvitað öllum brunddollunum og sæðisskrínunum. Svo kom steypan og á mánudeginum eftir það sátum við í grunninum í skjóli fyrir rigningunni og sögðum djöfull er hann sniðugur þessi Þorgeir, hvað ætli hann sé gamall, hefurðu heyrt um svarta hola Bermúdapýramídann sem Njála er víst um? djöfulsins rugl er þessi endurholdgun! þið Sigga, ríðið þið oft? . . . Kallinn kom brunandi í jeppanum, horfði ánægður á grunninn og hugsi á okkur, klóraði sér svo í hausnum og spurði: Hvað segiði strákar, eruði ekki hörkustrákar og svona, ha? – Við svöruðum því með njaa-i og þungi færðist í hreyfingar okkar sem urðu silalegar og mikilvægar.

– Og viljið náttúrlega græða pening og svona, í skóla og svona, ungir menn og svona, ha?

– Jajújú. Svona.

– Er ekki bara akkorð málið? Hraustir menn ha? Viljiði ekki bara taka þetta að ykkur tveir – að rífa utan af þessu og rakka þessu? Og svona. Ha?

– Hvenær byrjum við?

– Núna, ha? Þið verðið búnir að þessu á fimmtudag föstudag. – Og var þotinn burt í næsta grunn í ríki sínu.

Og vildum náttúrlega græða pening og svona ha og hófum strax kúbeinin á loft og rifum og rifum og rifum. Við rifum fram á kvöld, þutum heim í kvöldmat, komum strax aftur, vorum að til miðnættis, kátir og hlæjandi og óþolinmóðir að ljúka þessu af, koma þessu frá og fara að lifa í vellystingum praktuglega, svona hafði hann örugglega byrjað líka kallinn, þetta er erfitt en þess virði, maður hefur gott af þessu, maður fær innsýn og reynir á sjálfum sér hlutina. Bókvitið verður ekki í askana látið. Lífsins skóli. Og svona. Við vorum mættir klukkan sjö næsta morgun og fórum varla í mat – það er miklu einhvern veginn heilbrigðara að vinna svona líkamlega vinnu, við förum á ball á föstudag, kannski er fimmta víddin í okkur sjálfum, eru ekki vöðvarnir að stækka, má ég sjá – þessu miðaði ótrúlega, timbrið flaug af. Það flaug inn í miðjan grunn.

Það flaug þangað í haug.

Við vorum búnir að rífa allt eftir hádegi á miðvikudeginum og héldum upp á það með því að fá okkur ís niðri í bæ. Við sannfærðum sjálfa okkur um að við værum langt á undan áætlun, enn værum við að hala inn óvæntan happadrættisvinning, auk þess værum við bara í vinnu hjá okkur sjálfum, eigin herrar, og fórum um kvöldið á bíó með Kjartani. Þegar við sögðum honum frá akkorðinu sagði hann: Vá æðislegt, og ljómaði allur af því hann samgladdist okkur raunverulega. Hann gerði það raunverulega, ef ekki hefði hann hrukkað ennið og sagt: Já það já. Hann var sjálfur ekki farinn að vinna neitt, sagðist vera að sjá til og var leyndardómsfullur þegar við spurðum út í plönin. Hann brosti þegar ég bauð honum að þukla vöðvana og finna hvað þeir höfðu stækkað. Myndin sem við sáum var gömul og léleg hryllingsmynd um tvo bjána sem villast í kastala þar sem blóðsugan situr um þá en tekst aldrei að bíta þá. Við hnipptum hamingjusamir hver í annan þegar sást glitta í hljóðnema í loftinu.

***

Brakið í poppinu, saltið í munnvikunum, sjampólyktin, ilmvatnsanganin og poppfnykurinn: að fara á bíó var að ganga til náða með örugga tryggingu fyrir ánægjulegum draumförum. Allt viðráðanlegt: kábojmynd, hryllingsmynd, svona mynd, svona mynd.

Við vorum ekki kynslóð. Við vorum bara hópur af strákum en við létum aðdáun okkar og ánægju með listir í ljós með því að hrista hausinn og segja hlæjandi: Djöfulsins rusl. Algjört rusl. – Við höfðum dálæti á hallæri í bíómyndum, tónlist og ljóðum; við höfðum yndi af því að semja sem allra verst ljóð, syngja sem allra smekklausust þriggjagripa lög við klassísk ljóð, rifja upp ömurlegar bíómyndir. Áður höfðu strákarnir leitað sóttheitir að háum fyrirmyndum, takmarki: frelsun þjóðar, valdi á vængjuðum orðum, klæðaburði. En þegar við hlógum að sögunum um Hallgrím gamla vorum við ekki að hlæja að því hve hlægilegur hann væri, heldur því hve óhlægileg sagan væri, formið misheppnað. Aldrei fyrr höfðu brandararnir gengið út á mann að segja ofsalega lélegan brandara; það ófyndna var fyndnara. Við leituðum að lágum fyrirmyndum. Við Palli vorum báðir aldir upp við þjóðlega menningarinnrætingu, sífellda spennu milli alþjóðaruslsins sem við sáum á gluggum í kanasjónvarpinu og innlendrar hámenningar sem okkur var sagt að væri okkar menning. Við fundum það ekki, við skildum ekki kvöldvökurnar, en við hrifumst af hinu einlæga hæfileikaleysi. Var það hofmóður? Eða arfur okkar? Kjartan átti erfiðara með að lifa sig inn í þetta grín og orðin *algjört rusl* urðu honum aldrei töm sem hrósyrði. Hann sagði já það já. Hann hélt að við meintum það sama og fullorðna fólkið þegar það sagði eftir að hafa hlegið og skemmt sér yfir léttvægu leikriti eða metnaðarlítilli bók: Þetta er nú meiri andskotans vitleysan – þau orð voru hins vegar innblásin af sektarkennd; eldra fólkið vissi að það ætti að vita betur; við vissum betur en fannst að við ættum að vita verr.

Hrunin menning? Var allt sem að okkur var rétt og við áttum að dá og tileinka okkur og reyna að betrumbæta hlálegt, slitið, úrelt? Slitið keflið sem við vorum að taka við og gátum ekki annað en hlegið að?

Ég veit það ekki.

Ég sit bara hérna og er að hugsa um að fá mér sopa af viskíinu en áður en ég geri það ætla ég að bera glasið upp að eyranu og hrista það ofurlítið. Það heyrist í því. Klirr klirr.

***

Við vöknuðum á fimmtudagsmorgni og fórum báðir að sofa aftur, sváfum aðeins lengur, og örlítið, bara aðeins lengur. Þegar við mættum svo klukkan að verða ellefu í vinnuna okkar – í akkorðið sem var nánast bara formsatriði að ljúka – þá var hellirigning. Við sátum um stund í bílnum og rifjuðum upp fáránleg gervi sem höfðu átt að hræða okkur. Svo sagði ég jæja þrisvar í röð og við stigum út úr bílnum og kíktum ofan í grunninn. Aðkoman minnti á sprengingu. Timbrið var alls staðar. Það lá eins og hráviði um allan grunninn, spýtnabrak, borð, listar, uppistöður: spýtur, spýtur, spýtur. Spýtur og aftur spýtur. Það var eins og risi svikinn í ástum hefði gengið berserksgang. Við horfðum um stund og svo sagði ég: Gerðum við þetta?

– Já, sagði Palli á innsoginu.

– Og þurfum við að hreinsa allar þessar spýtur?

– Já.

– Komum inn í bíl.

– Nei! Við þurfum að hreinsa þetta og rakka því á tveim dögum til þess bara að ná upp í tímakaupið maður . . .

Við hófumst handa. Það rigndi á okkur. Steypan hafði harðnað á borðunum og við vorum klaufar að skafa hana burt. Við kunnum ekki að smíða búkka og reistum borðin upp á rönd og juðuðum á þeim þar til þau duttu og við þurftum aftur að reisa þau við, uns þau hrundu aftur. Naglarnir voru ryðgaðir og skakkir. Það var eins og þeir vildu mjög gjarnan fá að vera áfram í spýtunum. Þegar við höfðum hreinsað borðin hentum við þeim í nýjan haug. Þegar við fórum í kvöldmat var ég kominn með bakverk og sinaskeiðarbólgu af öllu puðinu og þegar við komum til baka var eins og við hefðum náð að hreinsa svona þrjár spýtur. Við unnum til ellefu.

Við byrjuðum klukkan átta næsta morgun og klukkan ellefu hafði ekkert gerst – það var ennþá eins og við hefðum hreinsað svona þrjár spýtur. Það rigndi enn. Það var blaut mold og steypa í hálsmálinu, í hárinu, í andlitinu, í skónum; það var blaut steypa í nærbuxunum. Við juðuðum og djöfluðumst, en einhvern veginn tókst okkur alltaf að tala saman eins og þetta væri alveg að klárast. Við myndum klára þetta á morgun, eða sunnudag; við vorum einmitt farnir að ráðgera hátíð á sunnudag – sem við vissum þó innst inni að yrði aldrei haldin – þegar ég fann heitan strauminn leiða upp eftir fætinum. Ég leit niður. Ég leit á Palla. Ég æpti upp.

***

Ég steig á nagla. Palli fékk þursabit. Hann barðist hetjulega fram á kvöld en þegar hann ætlaði að stíga upp frá kvöldmatnum var hann skyndilega fastur í vaffi. Hann hringdi í mig og sagði mér tíðindin. Þannig fór akkorðið okkar. Við vorum algjört rusl.

Ég lá í rúminu og var að hlusta á músík í heyrnartólunum þegar afi stóð allt í einu fyrir framan mig. Ég skynjaði það og opnaði augun og sá að hann var að tala. Hann virtist aldrei skilja að ekki þýddi að tala við mann þegar maður var með heyrnartólin á hausnum. Ég tók þau af mér.

– . . . alveg furðulegt. Þið eruð nú meiri mennirnir. Og það er einn álfurinn til í símanum.

Ég slökkti á garginu og hoppaði í símann. Það var Kjartan.

– Hæ froskur. Hvernig gengur akkorðið? Á ekkert að fá sér einn göróttan drykk að lepja til ölvunar nokkurrar?

– Ég steig á nagla og Palli er með þursabit og við erum búnir að hreinsa þrjár spýtur.

– Neei!

– Og við erum að komast undir tímakaupið og þetta endar sjálfsagt þannig að við þurfum að borga kallinum.

– Neei!

– Og bara alveg glatað.

Hann þagði um stund. Hann var furðulegur með það hann Kjartan hvað hann gat verið afslappaður í síma og letilegur; hann gat þagað heillengi og masað þess á milli um ekkert; hann gat sagt æjá aftur og aftur, sagt frá einhverju sem var bara svo fyndið hvernig – bara setið, hann var raunverulega bara að sitja og hafa það gott þegar hann talaði við mann í símann, hann var bara með manni; hann gat skynjað notalega samveru gegnum símann, gat verið samvistum við mann gegnum þetta apparat, á meðan mér þótti alltaf eins og ég væri í lausu lofti, sálin væri fjarvistum og ég þyrfti að tala stanslaust.

– Bara alveg ferlegt.

–

– Ég veit ekkert hvað við getum gert . . .

–

– Ætli maður verði ekki bara að hringja í kallinn og segja að við séum hættir, nei þá fer hann í mál, flýja . . .

–

– Fara til Ástralíu . . .

– Heyrðu.

– Eða fara í frystihús eitthvað eða . . .

– Heyrðu.

– Eða . . . Ha?

– Heyrðu froskur, ekkert mál, við bara reddum þessu. Ég er ekkert að gera núna, ég fer ekki að vinna fyrr en eftir viku, ég bara geri þetta, ekkert mál.

– Neei!

– Ekkert mál froskur, þetta er bara ágætis æfing, maður hefur gott af því að hreyfa sig, ég kann þetta líka . . . Hvað segirðu annars?

– Hvað ég segi! Ég segi bara djöfulsinsandskotanshelvítis.

– Og fjandans. Og fjárans. Og rækalls. Og horngrýtis. Ha – hefurðu heyrt það, fyndið orð: Horngrýtis. Maður verður svona dimmraddaður og búralegur þegar maður segir það . . . Horngrýtis . . . uuu . . . horngrýtis harðfiskurinn . . .

Hann kunni aldrei að kveðja heldur. Hann virtist ekki geta komið sér að því að leggja niður tólið á undan. Ég þurfti alltaf að verða sá sem sleit samtalinu og sleit svo sambandinu. Við ræddum þetta aldrei, en það kom fyrir að ég sagði bless og hann sagði bless og svo bara biðum við. Og ég sagði aftur bless og hann aftur bless – og biðum. Og þegar ég kom mér loksins að því að leggja á fylltist ég alltaf undarlegri sektarkennd, eins og ég hefði á einhvern hátt afneitað honum.

– Heyrðu hérna takk.
– Steigst þú á nagla og fékk Palli þursabit?
– Mmhm.
– Hahaha. Hahaha. Horngrýtis maður! Hahahahaha . . .

***

Og hann bara gerði þetta. Hann dreif sig þá um kvöldið út að horngrýtis grunninum og kom strax skipan á glundroðann, rakkaði því sem var komið, galdraði fram tvo búkka á augabragði og fór að skafa og naglhreinsa. Ekkert mál. Engir haugar. Meira að segja rigningin hætti um leið og hann byrjaði.

Þannig var hann.

Við komum daginn eftir um kaffileytið út að grunninum, ég hoppandi á einni löpp, Palli í vaffi. Hann stóð brosandi og bjartur í sólinni með aðra hönd á sköfu og hina á mjöðm. Hann var í bláum bol sem virtist vera alveg hreinn og gallabuxum sem virtust nýþvegnar. Hann var með steypublett á sólbrúnu enninu. Hárið dökka bylgjaðist í golunni, það gljáði í sólinni. Allt timbrið var uppraðað. Ég skynjaði að ég var í rauninni ekki í þakkarskuld við hann því að hann hafði gert þetta fremur fyrir sjálfan sig en okkur; svo sæll var hann að sjá, svo ljómandi, svo nývakinn af doða. Þetta hafði verið hans leysing eftir margra mánaða bönd. Það streymdi frá honum ljósið og ég hugsaði á þeirri stundu, ég sá það á þeirri stundu svo stappaði nærri vissu að í lífi sínu myndi hann taka sér eitthvað fyrir hendur sem yrði fallegt og rétt og farsælt því þessar hendur voru farsælar hendur, gerðar til að ryðja og rækta og byggja – ég skynjaði næstum yfirþyrmdur gæfu hans og gáfu og fann að ég var raunverulega og kannski í fyrsta sinn á ævinni hamingjusamur yfir því hvernig einhver annar en ég sjálfur var, og ég hélt að mér kynni að hlotnast hlutdeild í lífi hans og ljósi, ég hélt að líf manns væri kannski undir öðrum komið, en svei mér þá ég veit það ekki, klirr klirr, ekkert er öðrum að kenna, ekkert er öðrum að þakka, ekkert kemur öðrum við.

Kvöldmáltíðin

Árin fóru. Eitt tvö þrjú sjö átta níu tólf. Þrettán fjórtán eitthvað – þau fóru. Við sátum í gærkvöldi eða í fyrrakvöld sjö manneskjur í stórri og þiljaðri stofu upplýstri af ótal smáum og stórum kertum kringum grófheflað eikarborð og drukkum vín og tuggðum mat og ef til vill þótti okkur stund og stund sem þau hefðu ekkert farið, þau hefðu ekkert liðið, enn værum við hér, ekkert hefði gerst, ekkert væri að gerast. Peysur voru brettar upp á handleggjum og hendur léku um borðið í flökti kertanna, færðust til og frá í fumlausu pati og eindrægnu skurki, þær snertust án þess að hrökkva undan eða þrýsta á, sumar opnar, aðrar luktar, helltu víni, færðu glös og brutu brauð, bentu, þyrluðu puttum. Við hvísluðum ekki en raddir okkar stigu aldrei. Við hlógum en aldrei snöggt og við töluðum en völdum orð okkar.

Við töluðum: Já það er alveg rétt . . . já það er einn svoleiðis að vinna með mér . . . ég las þessa bók . . . frænka mín sem býr á Selfossi . . . já hún hlýtur að fara bráðum að skríða . . . já það var hann sem . . . fyndið . . . veistu . . . já alveg . . .

Já. Allar setningar okkar hófust á meiningarlausri samsinnun og andlit okkar voru gullin í skini kertanna. Við töluðum án áreynslu, án umhugsunar – öll í einu en samt ekki hvert upp í annað, hver og einn talaði við alla og engan, lagði orð í belg, leiddi hugsun til lykta, skaut inn kontrapunkti; við snerum höfðum og horfðum á alla, við sátum með hönd undir kinn og horfðum á engan; bros léku um varir og glampinn í augunum var líka bros vegna þess að við vorum hér og við vissum af því og þeirri vissu fylgdi vellíðan, en brosið í munnvikunum var engu að síður dauft og glampi augnanna var dökkur því að við vorum einungis hér að hluta, hluti af okkur öllum var annars staðar, kannski meginhlutinn, og kannski var hann bundinn þeim hlutum sem öllu vörðuðu, en hér gátum við þó að minnsta kosti talið okkur trú um að við gætum verið við sjálf.

Við sjálf. Við hin vorum svo ólík. Tilvera okkar var ekki sú sama og allt gat orðið okkur að þrætuepli, hagsmunir í stríði þjóðfélagsstéttanna, trúarhugmyndir, jafnvel hugsjónir. En andlit okkar vitnuðu samt um að einhvers staðar inni í okkur skildum við fleira í fari hvers annars en það sem hlaust af óljósri samleið í fortíð: líf okkar allra var ekki eins og við hefðum kosið að það yrði, ekkert okkar hafði lifað fullnustu drauma – við höfðum öll, sérhvert á sinn máta, lagt of hart að okkur til að komast á ranga hillu í lífinu. Og þegar við sátum hér saman kringum grófheflað eikarborð sem virtist bylgjast í gulri birtu kertanna og neyttum sameiginlegrar máltíðar, auðnaðist okkur að haga orðum okkar á þann veg og horfast þannig í augu og gefa hvert öðru þvílíkar óvitaðar smábendingar, að stund og stund var sem tíminn hefði ekki liðið og við ættum þess kost að útmá fylgjurnar sem vaxið höfðu út úr okkur og frá okkur í áranna rás, fylgjurnar sem óku til vinnu, sem töluðu í kaffistofunni, sem kusu, borðuðu pulsu, keyrðu hringinn, lásu blöðin, fylgjurnar sem gáfu okkur í skyn í veröldinni, voru forboðar okkar, ávæningur af okkur, útsendarar okkar en ekki við sjálf – við hin.

Og manni gat þá virst sem Palli væri á ný krullóttur hrakfallabálkur sem alltaf var svo utan við sig og var við hliðina á mér hvar sem ég var, á hverju sem gekk. Allt í einu var hann aftur orðinn utan við sig svo að grillti í persónu hans; hann var utan við fylgjuna sína sem lá inni í skáp heima og hann rifjaði meira að segja upp með mér smáhlæjandi þegar við gerðumst verkalýður og fórum í akkorðið. Og Sigríður var með nýtt og ljótt permanent í gærkvöldi eins og venjulega en ég tók eftir því hvernig puttarnir á henni voru digrir og mjúkir og handarbökin breið og hvernig hún strauk borðið flötum lófa í sífellu með hægð eins og á því væri dúkur með mylsnu meðan hún hallaði undir flatt og hlustaði og sagði: Já frænka mín . . . já fyndið . . .

Allir voru ólíkir sjálfum sér og jafnframt um leið líkir sjálfum sér. Sjónvarpsfréttamaðurinn Egill reykti að vísu smávindlana sína með öskufalli út um allt sem hann vandi sig á með nokkrum erfiðismunum þegar hann var átján ára og annar fótur hans var stöðugt á órólegri ferð en þegar á kvöldið leið rjátlaðist af honum sönglið sem hann hafði tamið sér í fréttalestrinum og nákvæmar hreyfingarnar sem virtust innblásnar af búktalaradúkku; hann hlífði okkur við rykkjóttum fullyrðingum og skyndilegum aftökum sem hófust yfirleitt á setningunni: Af hverju segirðu það? og stöfuðu sennilega af því að einhvern tímann á lífsleiðinni fór honum að vera í nöp við fólk og standa stuggur af blíðlegum samskiptum við aðra en köttinn sinn sem hann úthúðar af ofstækisfullri ástúð. Og þetta kvöld talaði hann meira um köttinn sinn en sigra sína í sjónvarpsviðtölum við ráðamenn, enda hafði ekki annað staðið til þegar hann var að leggja upp í lífið en að hann yrði stórbrotinn afreksmaður eða stórbrotinn skipbrotsmaður, og það rifjaðist kannski upp fyrir honum þetta kvöld, rétt eins og við hin vorum öll altekin einhverjum furðulega sefandi grun um lítilmótlegt hlutskipti. Og Steindór var eins og hann hefði gefist upp við að telja okkur trú um að hann væri orðinn söngvari af því að fara í gegnum söngskólann og halda viðkvæmnislega rándýrum trefli að hálsi sér, hann var rólyndur bílagramsari, rafvirkjaefni, verkfræðingsefni, en einmitt ekki söngvaraefni og þannig sat hann fram á borðið með uppbrettar ermar svo að sverir handleggirnir miðluðu farsælu hugmyndaleysi og mikill skrokkurinn hristist af og til af djúpum en hömdum bassahlátri yfir fyrirsegjanlegri smáfyndni Rósamundu, konunnar hans, sem er hláturmild eins og feitu og þunglyndu fólki er gjarnt og hefur unnið í banka síðan hún hætti að lesa félagsfræði í Háskólanum.

Og kvöldið leið hægt í stórri og þiljaðri stofu kringum grófheflað eikarborð. Kertin dóu eitt og eitt, húmið seig á hér og þar, skuggar af skýjum skriðu inn um stóran gluggann og tóku sér bólfestu bak við stóla og undir borði þangað sem lágvær kliðurinn af röddum okkar barst. Orðin svifu á milli okkar eins og slæður sem hendur blökuðu fingrum í endrum og sinnum svo þær féllu ekki á grófheflað eikarborðið heldur héldu áfram að mistra loftið milli okkar: Já það var þessi maður . . . það var hann sem . . . já einmitt það var hann sem . . . hann sem . . .

Ég sem . . .

Já og ég sem var orðinn þrjátíu og fjögurra ára gamall án þess að hafa skrifað þá bók sem stóð til að skrifa þegar lífið myndi hefjast og hafði ekki einasta látið undir höfuð leggjast að skrifa þá bók heldur hverja þá bók sem verkast vildi; ég sem hætti að læra á píanó af því það var nokkuð sem ég hefði hugsanlega getað gert skammlaust og mun því aldrei lifa þetta augnablik þegar sinfóníuhljómsveitin og stjórnandinn og áheyrendurnir og allir bíða eftir því að ég ljúki kadensunni en ég dreg hana á langinn í nægilega mörg sekúndubrot til þess að skynja að ég hef alheiminn í hendi mér; ég sem hef framfæri af því að safna úrklippum úr dagblöðum; ég sem yfirgaf afa minn gamlan og sjúkan eftir að hann hafði tekið mig að sér og annast mig og sóaði tíma mínum og peningum hans í útlöndum meðan hann var að deyja, vann við uppvask og sat ber að ofan við lítið borð í lítilli kytru og beið eftir orðum sem myndu koma þegar lífið myndi hefjast og hímdi daglangt á bekkjum og horfði á fólkið sem átti sér erindi skeiða marga götu og kom svo heim til að setjast að í stóra húsinu hans afa; ég sem fjárfesti í skýjum og stökk þegar ég átti að hrökkva og hikaði þegar lag var; ég sem man allt en hef ekkert lært - ég sat þetta kvöld og horfði á hina eins og ég var vanur og brosti eins og ævinlega þegar við átti og hrukkaði ennið þegar stundin kallaði á það, en af og til, sekúndubrot í senn, þótti mér engu líkara en að eitthvað sem blóði líktist streymdi um æðar mér, það var eins og ég sæi í leiftrum sem hurfu jafnharðan vott af minningu um óborna von, um tilveru sem átti að verða þegar lífið myndi hefjast, þetta var tálsýn um sjálfan mig sem ég sá í sviphendingu, tálsýn um tálsýn en engu að síður skynjanleg og næstum áþreifanleg tálsýn sem hvarf jafnharðan út í skuggana bak við stóla og undir borð og dó þar þegar ég leit af Helgu sem sat hljóð þetta kvöld með hendur í skauti, hvítar hendur með löngum fingrum, og ávala andlitið hennar með bláu augunum var stundum undirleitt og svipur hennar bundinn við neglur þumals og vísifingurs sem kroppuðu án afláts hvor í aðra og stundum leit hún líka upp og brosti með munninum og augunum án þess þó að slaka á líkamanum og þegar hún leit loksins í augun á mér þetta kvöld þá var ég líka að horfa í augun á henni en nú brá svo við að hún kipraði eilítið varirnar og augu hennar hvikuðu og það gráa og hlutlausa í þeim tók að vaxa og mynda einhvers konar hjúp utan um það bláa á meðan ég hins vegar horfði með öllum mínum augum og sennilega var þetta vegna þess að hún, rétt eins og ég, man allt.

***

Þegar þau horfðust í augu var hann alltaf einn. Hann var

ekki eins og hinir sem fóru um í flokkum og voru alltaf að hrinda hver öðrum og reka upp hress mútubofs – hann stóð alltaf einn upp við súlu og skimaði í kringum sig eins og hann væri raunverulega að skoða umhverfið, útskeifur og grannur án þess að vera horaður, hreinn, þveginn, dökkhærður í rauðum og bláum peysum undir grænni úlpu; hann var svo prúður, hann hafði svo fallegt hár. Hann hafði svo falleg augu.

Ég finn þetta: þegar þau horfðust í augu var eins og hann væri særð hetja, ætti enga foreldra, engan að í öllum heiminum, væri með sjaldgæfan sjúkdóm, þyrfti á samúð, nærgætni, hlýju og skilningi að halda – en um leið var eins og hann vildi gera sem minnst úr raunum sínum og andstreymi, vildi bera sig karlmannlega, augnaráð hans var svo æðrulaust. Það var svo þroskað. Það var svo brúnt. Þau voru svo óskaplega brún þessi augu og hún skildi hvað bjó í þeim, og það sem hana langaði að koma við hárið, snerta hálsinn, snerta herðarnar, snerta hann. Hann brosti aldrei, hann horfði bara á hana beint og prúðmannlega og brúnt, og þegar hún var ein í herberginu sínu á kvöldin að læra var hún stundum farin allt í einu að hugsa um hann, hugsa um að snerta hann, hugsa um þjáningar hans og hvort hann yfirleitt þjáðist af nokkru eða hvort þetta væri bara svona mikill þroski í þessu augnaráði. Svona liðu frímínúturnar í þrjár fjórar hjartsláttarvikur og þótt þau horfðust svona í augu varð hann ekkert vandræðalegur, leit aldrei undan, það var hún sem leit alltaf undan og vissi ekki hvort henni leið svona undarlega af því hún væri svo glöð eða væri svo döpur. Hún var allavega svo eitthvað. Frá honum streymdi eitthvað sem gat verið orka, áræðni, ráðleysi, en hún fann það streyma úr augum hans þegar hann horfði á hana, úr spennu líkamans þegar hann stóð og horfði tómlátur á strákahjarðirnar stimpast, hún fann það á því hvernig hann labbaði, hvernig hann borðaði tópas, hvernig hann brosti stundum með sjálfum sér, hvernig hann steig ölduna þegar hann stóð, hvernig hann skimaði í kringum sig, hvernig hann var, hvernig hann var allur einhvern veginn.

Hún sagði hæ við hann í jarðfræðileiðangri bekkjanna þar sem þau stóðu hlið við hlið eins og af hendingu og horfðu á frostveðrun alþingishússins og hlustuðu ekki á jarðfræðikennarann reyna að leiða í ljós undur og dásemdir frostveðrunarinnar. Eins og af hendingu – hún leit allt í einu til vinstri og hugsaði guð! og fór svo strax aftur að stara á jarðfræðikennarann sem var ekkert nema flauelsjakkinn og framsæknin og frostveðrunin. Svo sneri hún sér hægt til vinstri og horfði í heila sekúndu. Hann stóð kyrr alla sekúnduna og var á svipinn eins og frostveðrun væri honum ástríða. Þegar hún heyrði sjálfa sig segja hæ áður en hún var í rauninni tilbúin til þess eða hefði tekið ákvörðun um að segja það, sagði hann strax hæ á móti eins og ekkert hefði verið sjálfsagðara, hann hefði vitað af henni allan tímann og sneri sér með hægð að henni – og brosti. Og áður en hún vissi af var hún komin í stellingar heldur hugmyndalítils blaðamanns skólablaðsins: Finnst þér gaman í jarðfræði?

– Jájá, ágætt.

– Ertu ekki í J-bekknum?

– Jú, jújú.

– Eru margir í þeim bekk?

– Nja svona.

– Þekkirðu strák sem heitir Steindór?

– Nei.

– Ekki ég heldur, eða eiginlega ekki þannig, eða þú veist svona bara lítið, eða neinei, ekki kannski lítið en ekki neitt mikið skilurðu, hann er sko frændi minn skilurðu.

– Já svoleiðis.

Hvernig fer maður að því að tala við stráka? Átti hún

að spyrja hann um það hverjir hann héldi að yrðu Íslandsmeistarar í handbolta? Eða hve fljótur bíllinn hans væri að fara upp í hundraðið? Eða hver væri besti gítarleikari í heimi? Átti hún að spyrja hann með samúð nærgætni hlýju og skilningi út í fjölskyldumál hans? Eða átti hún kannski að halda áfram að segja honum frá öllum frændum sínum og frænkum? Hvað var hún að þvæla þetta um Steindór? Myndi hann kannski halda að hún . . . guð! . . . myndi hann halda . . .

– Ha nei, hann er með vinkonu minni. Og hann er í bekk með þér svo ég hélt bara þú veist. Þú veist.

Þetta var að þróast út í að vera mjög merkilegar samræður. Og hún var áreiðanlega alveg ferlegur asni og fullkomlega ófær um að halda uppi samræðum við þessi brúnu og þroskuðu augu og þetta sveipótta hár og þennan breiða háls og þetta prúða fas. En hann brosti ennþá. Og þau stóðu þétt saman. Hún setti í herðarnar til að gera eitthvað og brosti afsakandi yfir því að hún skyldi ekki kunna að tala við svona strák eins og hann og sneri sér aftur að veruleikanum sem að þessu sinni var framsækinn jarðfræðikennari að tala um frostveðrun.

Það stóð stutt því draumurinn vitjaði hennar aftur, þessi rödd sem lá svo undarlega hátt: Það er víst ekkert plagíóglas í þessu húsi . . .

– Plagíóglas?

– Já, er ekki eitthvað plagíóglas sem er svo ofsalega merkilegt? Hei, sjáðu köttinn, hann ætlar að fara að veiða dúfuna þarna. Það er sneddí.

Sneddí? Hún horfði á köttinn og hvernig sem hún horfði sá hún ekkert annað en kött sem var umfram allt bröndóttur. Síðan sneri hún sér aftur að honum og horfði á hann og sá ekkert annað en hann.

Og hann brosti ennþá.

Og þau stóðu þétt saman ennþá.

***

Það gat verið orka sem sogaði til sín eða hrinti frá sér; það gat verið hugsun sem hann varpaði á heiminn til að breyta honum, það gat verið kennd sem hlutirnir í heiminum fjötruðu hann í; það gat verið samtal við heiminn og kannski skiptust hann og heimurinn á einræðum. Það gat verið eitthvað sem sagði vesalings ég; ef til vill miðlaði það þótta. Það var eitthvað sem streymdi frá honum og streymdi til hans, það var eitthvað sem hann vildi. Og það streymdi til hennar og frá henni til hans og frá honum til hennar aftur.

Hún fór til hans í frímínútum viku seinna og spurði hann með augnaráði hvort hann ætlaði á ballið á morgun. Þau höfðu ekki talast við eftir jarðfræðileiðangurinn og stundum hafði hún hvergi séð hann og stundum var hann eins og úti á þekju. Hann gretti sig örlítið þegar hún spurði hann: Aaa ég veit það ekki. Jú kannski.

– Við stelpurnar ætlum að hittast á undan heima hjá einni og borða ofsa fínan mat og mála okkur alveg rosalega.

Bros hans var dauft og hláturinn var eitt snöggt heh! og gat túlkast sem hnuss. Hann var farinn að skima í kringum sig um leið og hann sagði henni að ekki ætlaði hann neitt á undan til þess að borða fínan mat og hvað þá að mála sig og þegar hann hafði sagt það leit hann aftur á hana og brosti við tilhugsunina um að hann færi að mála sig en þetta bros var samt ekki þesslegt að það væri við tilhugsun, það var hreinna en svo, það var eins og hann væri einfaldlega og algjörlega að brosa við henni og segja: Ég skal af því að þú ert þú strjúka hárið þitt þangað til það logar og af því að þú ert þú skal ég fara skærum höndum og þúsund kílóvatta kossum um þig alla svo það lýsi af þér í myrkrinu.

Frá honum til hennar, frá henni til hans; hún brosti á

móti með gagnkvæmum fyrirheitum svo afdráttarlausum að uppfylling þeirra var ekki nema formsatriði og nánast óþarft og kynni að valda vonbrigðum jafnvel.

– Hvernig ætlarðu að mála þig? spurði hann svo lágt.

– Rosalega, svaraði hún trúnaðarfullt: Ég ætla að setja grænt glimmer kringum augun og fjólubláan varalit og svart í kringum og svart á augabrúnirnar . . .

Aftur kom þetta einkennilega heh! hjá honum og henni skildist að það stafaði af vandræðagangi og svo var hann aftur farinn að skima í kringum sig og hún vissi að hann myndi þá og þegar segja: Hei sjáðu . . .

– Hei sjáðu strákinn þarna, hvað hann er fyndinn með þessa pípu . . .

Hún reyndi að vera áhugasamur þátttakandi í þessari undarlegu áráttu hans að vera alltaf að skoða umhverfið og hugsaði með sér að hann hlyti að vera svona listrænn og mikið rithöfundarefni og var alveg til í að vera músan hans svo hún fylgdi augnaráði hans öll af vilja gerð að sjá eitthvað athyglisvert – eitthvað sneddí – en rétt eins og hún hafði viku áður einungis komið auga á kött sem var umfram allt bröndóttur sá hún í þetta sinn ekkert annað en ólánlega strákspíru sem hafði troðið of miklu í pípuna sína og var kafrjóður að dusta logandi tóbakslufsur úr peysunni sinni milli þess sem hann streittist við að sjúga stíflaða pípuna. Þetta var ég.

Held ég – þetta gerist allt í hausnum á mér.

***

En svo mættust þau í nóttinni, hún rosalega máluð og hann snögglega þögull eftir að hafa dásamað húsið sem hún bjó í með orðunum svaka slot maður og sagt henni frá eyðunum í þessari borg og því hvernig hún ætti að taka sér sitt pláss og passa það og láta engan ryðjast inn á það. Þegar þau komu inn í herbergið hennar settist hann við gluggann, hún á rúmið. Þau þögðu í fjórar sekúndur og hann handlék norska þjóðbúningadúkku úr gluggakistusafninu. Svo var eins og hann ákvæði sig og hann fór að láta dúkkuna dansa can-can og söngladi lagið með. Hann leit upp og horfði á hana með spurn í augunum um hvort þetta væri ekki sniðugt. Hún glotti og sagði: Sneddí. – Já, þetta er sneddí, sagði hann: Má ég sofa hjá þér?

Hún horfði á hann og fiktaði svolítið í hárinu. Svo kom hún til hans og þau mættust svo þarna í rökkrinu, hún með lokuð augu og opinn munn, hann opineygur og með lokaðan munn. Þau stóðu lengi í faðmlagi við lag sem heyrðist ekki en var samt áreiðanlega til einhvers staðar inni í þeim og við gluggann var órói sem klirrklirraði friðsæll yfir snotrum öskjum og glösum og öðrum smáþingum og undir stól stóð kisi á fætur og teygði úr sér og fór í fjóra hringi kringum sjálfan sig til að koma sér enn betur fyrir og endaði í sömu stellingu og hann byrjaði. Hann virtist ekki uppveðraður yfir ókunnum karlmanni í þessu herbergi og var byrjaður að hrjóta eftir fimm sekúndur. Þau struku og kysstu.

– Já, hvíslaði hún: Þú mátt, áttu smokk? – Já, hvíslaði hann svo glumdi í öllu herberginu. Þau sátu á rúminu og struku og kysstu, hann skalf, hún andaði. Hún losaði um hnapp og annan og þann þriðja – hann fálmaði og skyndilega hélt hann um brjóst. Geirvarta stífnaði í x-inu nákvæmlega í miðjum lófa hans. Hann sleppti og losaði fjórða hnappinn og þann fimmta og aftur fann hann brjóst og hélt um það í ráðleysi. Þau sögðu ekkert og ekkert heyrðist nema sefandi klirrið í glugganum og andardráttur þeirra, ör, örari. Hún losaði tölurnar á skyrtunni hans og hann fór úr henni. Hún strauk yfir herðar hans. Hún fór úr blússunni. Hún stóð upp og fór úr buxunum.

Og svo mættust þau þarna í rökkrinu, í nóttinni og

hún másaði: Smokkurinn . . . og hann másaði á móti: Ég laug því og ég sé þetta: hún sá hann yfir sér á leið inn í sig, spennta handleggina, stælta bringuna, þandar hálsæðar, uppsveigða hökuna og hún teygði sig eftir honum, fór höndum um bringu hans og maga og lim og þá fór það að streyma og það streymdi frá honum til hennar, skært og stjórnlaust og það var hans leysing, ekki hennar.

***

Því að rétt eins og ég man hún vitaskuld allt. Hann lyppaðist niður á hana og hún strauk um hár hans, háls, herðar, strauk hárið frá hálsinum, tók um hnakkagrófina eins og hún væri að sefa hann. Hún var að sefa hann. Svo velti hann sér yfir á hliðina og horfði á hana bera, horfði á hana og varð skrýtinn í augunum. Hann spurði: Hvar eru roðablettirnir? Hún hváði. Já, sagði hann, eiga ekki að koma svona roðablettir þegar þið fáið það? Hún vissi ekki strax hverju hún ætti að svara og horfði á hann í spurn, þangað til hann fór að hlæja, þá hló hún líka og vissi að hann var öðruvísi en allir hinir.

Hún man hvernig hann hringdi í hana á kvöldin og masaði og þagði. Og hvernig hann hvarf stundum og hún vissi ekki hvers vegna. Hvernig hann kom svo til hennar og sagðist elska hana og hún fann það á höndum hans að hann sagði satt; hvernig hann lét utan í henni – hvernig hann hvarf svo.

Hvernig hann hvarf svo.

Ætt laufblaðanna

HANN HÓF 17. júní hátíðarhöldin árið 1946 á því að hlusta á forsætisráðherrann flytja ræðu og fá sér svo fallega köku á Borginni og kaffibolla. Hann var í hátíðarskapi vegna þess að það var sautjándi júní. Og í gærkvöldi hélt hann utan um Sigrúnu á leiðinni heim og hún hélt utan um hann. Hún strauk handarbaki sínu niður með kinn hans og niður á háls fyrir utan herbergið hans. Hún sagði góða nótt. Hún hvíslaði það, augu hennar dökk í rökkrinu, varirnar dökkar og hálfopnar í rökkrinu, kinnbeinin mjúk, hárið slétt og sítt og gljáandi í rökkrinu. Hann ætlaði að taka utan um hana en hún var smogin upp, og horfin burt, upp, í myrkrið. Hún var ekki heima þegar hann bankaði á hurðina hjá henni í morgun svo hann fór einn á Borgina til að fá sér kaffi og köku í tilefni dagsins eftir að hafa hlustað á Ólaf Thors forsætisráðherra sem hyllti Jón Sigurðsson fyrir miklar hugsjónir – og mikið raunsæi.

Kannski var það hvernig hann stóð í svipaðri stellingu allan tímann og Jón Sigurðsson, bísperrtur, vígreifur, óboginn, aldrei myndi hann bogna, aldrei víkja; kannski var það eitthvað kumpánlegt í fari hans þrátt fyrir hátíðleika stundarinnar, kannski eitthvað annað, en upp frá þessu og æ síðan var Ólafur Thors hans maður. En þótt ráðherrann stæði svona líkt og Jón Sigurðsson var hann ekki að mótmæla, þetta var ekki árás, hann var að benda á stóru skrefin, strika yfir stóru orðin með stórum orðum um að ekki dygðu smáu tökin. Þetta var hinn sjálfsagði arftaki eftir að brautin var rudd, maðurinn sem hafði sameinað stéttirnar við sjávarsíðuna í stórfelldri uppbyggingu og nýsköpun atvinnulífsins, auðmannssonurinn og kyndilberinn sem minnti á að Jón Sigurðsson hafði alla tíð barist jafnt gegn erlendri yfirdrottnun sem íslenskri deyfð, fáfræði og úrræðaleysi. Hann minnti á lýðveldisstofnunina og fagnaði staðfestu okkar í sjálfstæðismálinu. Hann lagði áherslu á þjóðlega einingu og vék aftur að hugsjóninni undir lok ræðu sinnar: *Það er hugsjón Íslendinga hvar í flokki eða stétt sem vér stöndum, að vér fáum komið hér á fót fyrirmyndarríki.* Hann þrumaði: *Ísland lifi*! og Sigurður sameinaðist ráðherra sínum og öðrum áhorfendum í ferföldu húrrahrópi og það skipti ekki lengur máli hvar í flokki eða stétt nokkur stóð; ein þjóð. Ein ætt, þetta var fjölskylda. Og allir sem stóðu þarna hugsuðu um Ísland, aðeins Ísland komst að í huga þeirra, Ísland sem var bara melar og urðir og meira grjót – sem var bara hugmynd, bara draumur.

Og Ólafur Thors stóð bísperrtur og nærði íslenska drauminn. Hann hélt á blöðunum og las upp ræðu sína en orðin komu að innan, jafnt innan úr Sigurði sem Ólafi: *deyfð*, *fáfræði* og *úrræðaleysi*, alltaf skyldi hann hatast við þetta þrennt og hvernig áttu þeir að vita að það var einungis þetta fyrsta sem ráðin var bót á í lýðveldinu nýja svo við búum við það enn að hér fer atorkusemi saman við fáfræði og úrræðaleysi. Og hvorugur þeirra vissi í rauninni hvað ræðan snerist um, allt talið um hugsjónir andspænis raunsæi, hvorugur vissi að ráðherrann átti með því við allt annað en hann hélt hann ætti við, rétt eins og hann væri ljóðskáld sem veit ekki hvað ljóð þess snýst í rauninni um því það er of viðkvæmt, of grafið, of sárt, of satt. Eða hvað læddi þessum þanka í hugskot ráðherrans um andstæðu hugsjóna og raunsæis? Þessi orð: *Á friðartímum vilja Íslendingar ekki hafa herbækistöðvar í landi sínu.* Vissi ráðherrann hversu langt frá því að vera ótvíræð þessi orð hans voru? Vissi hann það og var það þess vegna sem hann mælti þau með þvílíkum þunga, samkvæmt því lögmáli að aldrei er tilfinning okkar heitari og sannari en þegar við mælum okkur þvert um hug, vegna þess að við höldum að við getum breytt huga okkar með andstæðum orðum – breytt blekkingu í reynd með orðum? Vissi hann að talið um þjóðlega einingu yrði fjarstæða eftir nokkur ár, fráleit draumsýn og hann þyrfti að fara að hártoga þessi orð, túlka þau upp á nýtt, skilgreina og útskýra það sem hann var þegar búinn að segja? Vissi hann að með þessum orðum var hann að búa í haginn fyrir það að þjóðin tryði aldrei stjórnmálamönnum sínum heldur leitaðist alltaf við að túlka orð þeirra eins og torræð nútímaljóð væru. Ég veit það ekki. Sigurður vissi það ekki, en hann brann allur undir þessari ræðu. Hugsanir hvirfluðust um í hausnum á honum. Hann ætlaði sér hvað sem það kostaði að ráða sér sjálfur, alltaf. Alltaf! Hann var úr sveit og hann var að læra rafvirkjun og hann stóð við hliðina á trésmiðum og verkamönnum og útgerðarmönnum og blaðamönnum og frúm og sjómönnum og hvort sem fólkið var breiðleitt eða mjóslegið, makrátt að sjá ellegar fumandi í fasi, hvort sem það virtist fátækt eða ríkt, drykkjuhneigt eða reglusamt þá ætlaði það allt að ráða sér sjálft og það einbeitti allt huga sínum að þessari hugmynd um Ísland, þessum draumi um að skapa sér ekki aðeins líf úr engu, heldur *fyrirmyndarlíf* því að orð eru til alls fyrst og vilji er allt sem þarf og aldrei aldrei aldrei framar skyldi það verða fátækt og búa í hreysum við kulda og sagga og vosbúð og hungur heldur skyldi það hagnýta sér allt í nútímanum, vegna þess að það að vera Íslendingur er að halda lífi í minningunni um vesöld og kulda og hungur, í lágu koti, í banvænni náttúru. Og þess vegna gaf þetta fólk löngu síðar foreldrum sínum, aldamótakynslóðinni, öll fótanuddtækin sem við, börnin þeirra, gerum gys að, og þess vegna keypti það vatnsnuddpotta og tölvur og jeppa og farsíma og gervihnattadiska og allt þetta drasl sem nútíminn býður upp á og háaloftin geyma – það ætlaði aldrei að láta sér verða kalt; og aldrei aldrei skyldi það þurfa að láta sér leiðast, ekki eina einustu mínútu og því kom það sér upp öllum útbúnaði til tjáskipta og skemmtunar, sló lán fyrir honum hjá foreldrum sínum sparifjáreigendunum og börnunum sínum skuldurunum og útlendingum. Það stóð þarna þetta fólk og hlustaði á þennan leiðtoga þéttbýlisins og brautryðjanda nýrra atvinnuhátta og það átti löngu síðar eftir að standa furðulostið og horfa á okkur, börnin sín, á Þingvöllum 1974 snúa þjóðhátíð á helgum stað upp í mótmælafund gegn þeim her sem það heyrði hér að ætti aldrei að vera á Íslandi á friðartímum. Það stóð þarna allt þetta fólk staðráðið í að skapa sér líf, skálda sér líf, skálda sér athafnir ef ekki vildi betur – þau stóðu þarna hin eiginlegu íslensku athafnaskáld og allt var fólkið jafn alvarlegt á svip og ungi maðurinn sem var nýkominn úr sveitinni og bylgjaðist af æsingi inni í sér þótt hann væri lokaður á svipinn. Og alveg jafn einbeitt og hann muldraði það í íslenskri geðshræringu: Húrra.

***

Og að lokinni athöfninni streymir fólkið á kaffihús. Hann líka. Hann er með. Hann hugsar ef til vill: nú förum við Reykvíkingar á kaffihús. Hann sest við gluggann einn og æstur – hann horfir út. Allir eru farnir af Austurvelli til þess að borða köku og taka þátt í þægindum nútímans nema brautryðjandinn staði, Jón Sigurðsson, hann dúsir þarna enn. Pilturinn er að horfa á þessa styttu og hugsa einhvern furðulegan graut um leiðtogana og sig og framtíð sína og áform og heyrir ekki kurteislega ræskingu þjónsins, sennilega vegna þess að hann er orðinn ónæmur á ræskingar í seinni tíð.

– Hvað var það fyrir yður?

Þjónninn er í hvítum jakka, ræktað svipleysi ber vott

um fágaða andstyggð á lífinu: Já þökk, segir pilturinn loks og grípur saltstauk í fáti – ég ætla að fá kaffi og einhverja góða köku í tilefni dagsins.

Hann lítur svo frómur og fullur trúnaðartrausts upp að þjónninn missir svipleysi sitt sem snöggvast og allt í einu kemur í ljós að hann hefur alls ekki andstyggð á lífinu heldur er kannski þvert á móti umfram allt viðkvæm sál: Einhverja góða köku?

– Já, eigið þér ekki einhverja góða köku sem ég get glatt mig við?

Þjónninn hraðar sér fram með þessum sérstaka limaburði sem þjónar á þönum temja sér og minnir á dans skrautfugla og birtist aftur von bráðar með rjúkandi kaffi sem hann hellir í fagurhvítan bolla þessa unga og hátíðlega ættjarðarvinar – og Napóleonsköku: Þetta er tvímælalaust vinsælasta kakan okkar núna í dag, það er mikið spurt um hana, verði yður að góðu.

– Þökk fyrir.

Hann er með vinstri hönd undir borði, sú hægri heldur um gaffalinn. Hann er sveittur. Honum finnst hausinn á sér bylgjast af vegum. Honum finnst hann vera fullur af dyrum sem opnast og lokast og hann fer inn um þær allar og aftur út og í sumum herbergjunum er nótt; í öðrum gluggi og birtugeisli sem skásníður herbergið; í enn öðrum fullur dagur og tilvera. Hann situr þarna og þrammar inn um mörg líf, inn í alls konar framtíð, það hvarflar ekki annað að honum en að hann muni lifa þetta allt. Hann horfir á kökuna, snýr gafflinum, veltir vöngum yfir svo harðri köku. Svo potar hann í hana. Ekkert gerist. Hann pjakkar laust. Fastar. Ekkert gerist. Hann leggur gaffalinn þveran á kökuna ofan í súkkulaðið og þrýstir. Rjóminn spýtist ofan í kjöltu hans. Hann lítur í kringum sig og er loksins kominn út úr öllum þessum herbergjum og farinn að hugsa um það sem hann er að gera. Á að giska níu ára stelpa horfir þögul á hann. Hún er með slaufu í hárinu og er alveg hreyfingarlaus nema hún dinglar fótunum sem ná ekki niður á gólf. Hún er mjög prúð og munnur hennar mjótt strik af hneykslun og hreyfir ekki svip þótt hann reyni að brosa. Hann flýtir sér að verka upp rjómann með gafflinum meðan hún hallar sér að mömmu sinni og hvíslar einhverju að henni, horfir á hann á meðan. Móðirin lítur á hann. Sami mjói munnurinn. Alveg jafn hneyksluð og reykvísk.

Kaffið er of heitt. Rjóminn er með einhverjum dropum. Honum líður í fyrsta sinn síðan hann kom í bæinn eins og sveitamanninum á mölinni. Stelpuafmánin horfir enn á hann. Hann langar að flýta sér út en á eftir að borga og finnst einhvern veginn sem hann hafi játað einhvern ósigur ef hann skilur kökuna eftir. Gaffallinn bítur ekki á henni, hann þorir ekki að þrýsta of fast, hann verður að klára hana. Hann endar á því að borða rjómann með gafflinum og kökuhelmingana með puttunum.

Þegar hann er kominn út er blettur í nýju drapplituðu buxunum hans eins og hann hafi pissað á sig. Hann fer úr jakkanum í sólinni og reynir að hafa hann kæruleysislega einmitt fyrir klofinu. Bærinn er að fyllast af fólki. Hann gengur austur Austurstrætið í átt að Lækjartorgi og fylgir straumnum í átt að Menntaskólanum þar sem haldið er upp á hundrað ára afmæli skólans. Skrúðgangan er að leggja af stað. Ég sé þetta.

***

Þegar gömlu þjóðirnar sem áttu heiminn halda upp á daga sína og múgurinn á að hugsa eina hugsun eru skipulagðar göngur með hermönnum og hertólum. Þessar göngur eiga að efla stolt og þá hugsun að rétt sé að eiga hér heima, atgervi þjóðarinnar er sýnt, sérhver á að hugsa: Þetta er minn bakhjarl, þetta er mín ætt, hér komum við, voldug, vernduð, við verðum ekki sigruð;

þetta eru drengirnir okkar og þeir munu gæta okkar, þeir koma úr nafnlausu djúpi okkar.

Hann stendur í mannþrönginni og horfir á einhvers konar íslenska útgáfu af þess konar hersýningu þramma frá skólanum og niður Lækjargötu og Fríkirkjuveg. Hún á fátt sameiginlegt með hergöngum stóru þjóðanna, ekki einu sinni lúðrasveitina sem leikur hergöngulög, því hún er of fölsk í vindinum. Hér staulast afgamlir menn fremstir, árgangur 1881, og síðan koma þeir einn af öðrum stúdentaárgangarnir, allt til unga fólksins. Hér er ekki aðeins um það að ræða að þjóðin sé stolt að sýna sjálfri sér það besta sem hún á – sem eru ekki hermennirnir heldur menntamennirnir sem eiga þá að koma á fót fyrirmyndarríkinu sem ráðherrann talaði um – þetta er ekki einungis sýning á atgervinu sem þjóðin býr yfir og getur skoðað ánægð í spegli: þetta er ekki þverskurður þjóðarinnar, eins og í hersýningum stórþjóðanna, ungir menn af öllum stéttum komnir í einn búning, undir eitt tákn. Þetta er ekki óþekkti hermaðurinn úr þjóðardjúpinu. Þegar ég sé þetta gerast í hausnum á mér er þetta miklu meira eins og íslenska yfirstéttin að *sýna sig* afgangnum af þjóðinni þarna úti á gangstéttinni og segja: Verið stolt af okkur, treystið okkur. Þarna er forsetinn, biskupinn og allir hinir hátignarmennirnir sem í hersýningunum í útlöndum standa venjulega uppi á palli og fylgjast með bestu sonum alþýðunnar – hér hafa þeir sjálfa sig til sýnis. Og þarna eru prestar og embættismenn hvers konar, ráðherrar, prófessorar, menn sem hafa jafnvel drukkið sig út úr öllum embættum en aldrei yfirstéttinni. Þetta eru mennirnir sem stjórna þjóðfélaginu. Mennirnir í embættunum. Mennirnir sem eiga Ísland, menninguna, framleiðsluna, stjórnsýsluna; þeir koma þarna kjagandi í röðum, brosandi og stoltir og þessi einfalda og barnslega og steigurláta sýning þeirra á sjálfum sér er óvituð áminning til hinna um það hvernig þessu nýja lýðveldi þessarar nýju þjóðar skuli skipað. Hvað skuli gert. Hvernig skuli gert. Hæ! Hér komum við allir labbandi sem þú verður að gjöra svo vel að tala við ef þú ætlar þér eitthvað í lífinu. Og Sigurður Nordal heldur ræðu í kirkjugarðinum þar sem hann harmar Pereatið móti yfirvaldinu og einræðinu og leggur út af orðunum úr Hómer: Ætt manna er sem ætt laufblaðanna. – Það er sungið, prúðbúinn kór syngur um vammlaust líf. Og það er gengið. Og aftur komið að Menntaskólanum, þar sem lögskipað borgarskáldið Tómas fer með prúðbúin orð. Og enn eru sungnir stúdentasöngvar um stúdentalífið áhyggjulausa þegar þú átt samkvæmt hugmyndafræðinni að drekka og dufla og slæpast til undirbúnings því að taka við stjórn þjóðfélagsins.

Þessu fylgist hann öllu með, hann sem aldrei verður stúdent og getur ekki með nokkru móti lifað sig inn í stúdentahugsjónina um að slæpast en hrífst samt með af hvatningunni um að gleðjast og verða gáskafullur. Hann er ölvaður af mergðinni, sólinni og valdinu sem sýnt er með svo elskulegum hætti. Mæður standa brosandi með börn sín og lýðveldisins, hrærðir feður kreppa lófa og losa, gamlir sjómenn veifa klútum, börnin eru prúðbúin og alls staðar fánar. Vammlausir sveitapiltar standa innskeifir og strjúka hárið frá enninu, stúlkur bregða hönd fyrir augu í sólinni. Öllum á staðnum líður einkennilega sterkt eins og þau séu Íslendingar.

***

Allt fer. Samkoman leysist upp og honum þykja gömlu mennirnir tveir og móðirin raunamædda heldur hversdagsleg, meira að segja strákurinn litli hefur fyrirsegjanlegar hreyfingar og umkvartanir. Samt er kjöt í matinn. Sjálfur er hann þreyttur eftir áreiti dagsins, langar að sofna, langar að vaka. Hann getur ekki einbeitt sér við að hlusta á langa frásögn annars gamla mannsins af draumi um álfkonu sem vildi slást við hann út af hjúskaparbrigðum sem hann kannaðist ekki við – en var í rauninni að vara hann við válegu skeri. Um kvöldið slangrar hann niður á Sóleyjargötu, gengur á hljóðið, heyrir dyninn úr herberginu sínu og þýtur upp til að sækja Sigrúnu, en hvar er hún? Pörin hringsnúast í jittebúgg og ólaskans og öllu þar á milli. Hann er allt í einu kominn í hnapp jafnaldra sinna og búinn að þiggja sopa sem brennir. Hann fær annan, og annan og hæ! hann er kátur og fer að spyrja fólkið hvernig því hafi þótt forsætisráðherranum mælast í dag. Þau hlæja að honum. Hann hlær líka en veit ekki alveg hvers vegna og ráfar burt, kátur. Pörin hringþeytast um hann alveg gersamlega skeytingarlaus um ræðuhöld, sjálfstæði og framtíðardrauma. Hann heldur áfram inn götuna og hann er allt í einu einn aftur í mergðinni, hinir nýfundnu kunningjar horfnir og hvar er hún? Þau sveiflast pörin um í tangó, þessum harmþrungna íslenska tangó um rótleysi og flakk um heiminn og sekt, og söngvarinn er að syngja um mömmu og um dalinn heima og bernskuna og allt sem hann yfirgaf fyrir hjóm því í sveitinni nam hann málið þýða í móðurfaðminum blíða og þar er moldin og fjöllin og ljúfa snótin og hvaða herfilegi misskilningur olli því að hann fór til Reykjavíkur af öllum stöðum? Öll íslensku lögin sem söngvarinn syngur snúast um það hvílík reginvitleysa það sé að vera hér í þessari andstyggðarborg – og er það þess vegna sem maðurinn á bláu peysunni er að góla svona? Eða er hann bara fullur? Svo er söngvarinn aftur farinn að syngja kátlegt jittebúgg upp á ameríska mátann og alltaf sveiflast og hringþeytast pörin, hvernig sem liggur á þessum mislynda söngvara, því hér er fjörið. Hann ranglar upp á gangstétt og hvar er hún? Hún er hvergi.

– Sigurður!

Hann snýr sér við og lítur í áttina að röddinni og jú

það stendur heima, þetta er rafvirkjameistarinn Sveinn ásamt Önnu, konunni sinni. Hún hefur krækt hendinni í olnboga hans og hann stendur ofurlítið gleiðfættur og heldur báðum höndum á hattinum fyrir framan sig; þegar pilturinn sér fingur hennar hvíla í olnbogabótinni sýnist honum eins og þeir hreyfist örlítið í sífellu, það er eins og þeir þrýsti og losi, nuddi laust og hvíli og án þess að hugsa það þá skynjar hann að þetta er hjónaband sem snýst um spennu; engin snerting er sjálfsögð og ómeðvituð heldur ætluð; og þau láta hvort annað sífellt vita af sér, gefa hvort öðru samfelld boð og meðan þau standa þarna og horfa á piltinn nálgast gefur konan manninum einhver boð með iðandi puttum sínum. En drengurinn tekur eftir þessum puttum og ímyndar sér þá á eigin holdi, finnur það sem snöggvast hvernig þeir væru viðkomu. Rafvirkinn segir: Elsku strákurinn ertu einn að flækjast. Hann er fullur. Komdu nú heim og ég skal kenna þér að drekka viskí.

Og þegar þau sitja í stórri og drungalegri stofu með þykkum gluggatjöldum í bólstruðum dökkum stólum með höfuga og bragðsterka drykki í glösum þá skynjar hann að þetta er alls ekki sú vansæla og þrúgaða Anna sem hann hafði dreymt í vöku og vakað með í draumi. Hún dregur hann vissulega á tálar þetta kvöld með hreyfingum sínum sem geyma tónlist og línur sem deyja jafnóðum og þær eru myndaðar; hún grefur sig í vitund hans með andliti sem gengur í gegnum tíu svipbreytingar við minnstu tíðindi, gælum sínum við hár eiginmannsins, hendur hans, hné, með ilmvatninu sem svífur að vitum drengsins í hvert sinn sem hún stendur á fætur til að sækja veitingar, með líkama sínum sem hún sveigir og teygir og setur í nýjar og nýjar stellingar svo ekki er annað hægt en að horfa; hún forfærir hann með því að koma til hans og setjast á stólbríkina hjá honum og taka í hönd hans og segja: Ó segðu mér frá lömbunum! og horfa svo skríkjandi á eiginmanninn meðan strákurinn gerir sig sauðslegan í framan og fer að jórtra með munninum og jarma, og hún skríkir og hlær og færir hönd hans að barmi sér þar sem hún hvílir sekúndubrot við mýktina til að falla svo strax aftur dauð í hans eigin kjöltu, en konan hverfur til mannsins, sest á stólbakið hans og leggur handlegginn utan um hann. Hún dregur hann vissulega á tálar þetta kvöld með því að vera við hann eins og ertin systir en daðrandi og ástleitin við eiginmanninn, hún forfærir hann – en þetta er ekki hennar leysing eða yfirleitt nokkuð sem hún tekur eftir – þetta er algjörlega hans leysing, hann gliðnar og bráðnar, allt sem hann kann að hafa verið fyrir þennan dag hverfur endanlega fyrir tilverknað Jóns Sigurðssonar og Ólafs Thors og hennar; alla ævina mun hann reyna að eignast hana. Hann heldur að þessi kvöldstund sé þeirra líf. Hann rennir ekki í grun að hér kunni skuggar líka að taka sér bólfestu bak við stóla. Hér kunni gráminn líka að leggjast yfir stofur. Hann vill eignast þetta allt sem hann heldur að hann sé vitni að, þessa ríkmannlegu stofu, þetta starf, þessa tilveru, og einmitt þessa konu og þegar hann hittir Sigrúnu fyrir utan herbergið sitt um miðnættið, óstyrkur á fótum og jarmandi fyrir hana þá sér hann ekki hana, og þegar þau ganga út fyrir arm í arm og eru alein í nóttinni þá eru þau ekki alein og þegar hann er á mótum Bergþórugötu og Snorrabrautar að syngja fyrir hana hárri og skærri röddu *Í dag skein sól á sundin blá* og fyllir hjarta hennar svo mikilli hamingju þá veit hún auðvitað ekki fremur en hann sjálfur, að hann er alls ekkert að syngja fyrir hana. Og jafnvel þótt hann giftist henni og eignist með henni tvo drengi þá sér hann hana ekki framar, nema á stopulum yfirbótarstundum, nema stöku friðsælt kvöld við bóklestur og saumaskap, nema nótt og nótt í svefni; þó að hún hafi gifst honum þá er hann ekki kvæntur henni.

Lífið og tilveran

HAMINGJAN vitjar hans um nótt þegar hann liggur við hlið hennar og horfir á tunglsgeislann á hærðum handlegg hennar. Hamingjan vitjar hans aftur daginn eftir þegar hann horfir á hana standa upp við vaskinn og svo hreyfir hún sig allt í einu svo mjúklega með allan þennan þunga; og alla næstu daga vitjar hamingjan hans í hvert sinn sem hann hugsar til hennar og þess lífs sem þau eiga í vændum saman – alls þessa lífs sem þau hljóta að eiga í vændum saman.

Þá hugsar hann: Þetta er hamingjan.

Það er líka hamingjan að fá að vinna sem rafvirki á þessum árum ólgu og upplausnar, hafta og tálsýna og eyðslu og skömmtunar. Hann leggur í hús með Sigþóri og kallinum gamla, fer og dregur í, stundum eru þetta bara smáviðgerðir, og fyrir kemur að hann þarf ekki nema að skipta um öryggi. Honum er alls staðar tekið sem ljósberanum, hann er maðurinn sem kann full skil á rafmagninu, hann kann á alla þræðina í vélum vellíðunarinnar, hann er sendiboði guðanna. Litlu börnin horfa í lotningu á hann, húsmæður ljóma þegar þær sjá hann, galdramanninn sem færir þær með hverju sínu viðviki nær frelsuninni og þær horfa á hvernig þvegin og hrein vinnuskyrtan strengist yfir sterklegt bak hans þegar hann bograr yfir leyndardómum þráðanna – en húsbændurnir grafa hendur sínar í buxnavösum og krimta kunnuglega yfir handarvikum hans um leið og þeir líta líka á hann sem galdramann. Hann kemur í gömul hús og ný, stór og lítil, fátækleg og ríkmannleg og alls staðar er hann ljósberinn ljúfi sem hefur vald á launhelgum nútímans, sendiboðinn blessaði sem kemur og boðar mikinn fögnuð: Að til sé ljós fyrir næsta líf.

Dagarnir renna saman í mánuði og ár – þeir renna saman í tilveru. Það er íbúð og það er bíll, ofnar, eldavél, þvottavél, inniskór, teppi, steik, bíó, dans, sæng, koss. Þrengsli, ýsa, kuldi. Koss. Og dag eftir dag er hann á þönum þessi verkamaður í vélagarði Drottins því Paradís þarf þrotlaust viðhald og dag eftir dag vitjar hans þessi kennd: Þetta er hamingjan. Dagur rennur upp og hann er nýr og ólíkur gærdeginum og ólíkur sama vinnudegi fyrir viku; ný hús, nýjar lagnir, nýjar vélar. Moggi, jakki, hnífur, mold, koss. Á skrifstofunni situr Sveinn og úthlutar verkefnum og tekur við peningum og útdeilir þeim til starfsmannanna og þegar hann fær útborgað færast þau sífellt nær því að eignast blokkaríbúðina sem þau búa í – það er líka hamingjan að eiga íbúð þó lítil sé. Og það er hamingjan þegar lítill drengur kemur hrínandi í heiminn.

Hamingjan er í vitundinni um að maður eigi góða daga, góða tilveru, hún er í öryggiskenndinni. Og það er öryggi í því að fá útdeilt verkefnum og síðan greitt kaup. Hann veit að það er rétt hjá Sigrúnu að þau geta smám saman eignast stærri íbúð ef hann verður áfram hjá Sveini, hann fær smám saman hærra kaup eftir því sem hann vinnur lengur, og það er alveg satt að þetta er hamingjan; þau þurfa ekki meira. Gott og skemmtilegt starf, nóg að bíta og brenna, hlýtt og gott húsnæði – rafmagn – eldavél, þvottavél, lyfta, regnkápa, miðstöð, elskulegir nágrannar, undrabarn sem kann að telja alla puttana sína, snjór, baðkar, stígvél, krani, ísskápur, vagga, koss – þetta er auðvitað allt og sumt sem ung hjón þurfa, það er tilveran að hlú að sér og sínum. En hann kom ekki í bæinn til að njóta öryggis og hlýju, til að láta rétta að sér bitana, hann yfirgaf ekki sveitina og brenndi allar brýr að baki sér til þess að láta aðra ráða yfir sér, hversu mildir og vænir sem þeir voru.

Hann kom ekkert í bæinn til þess að finna hamingjuna.

Hann vill sjálfur kjósa sér líf.

Það heitir að vera sjálfs sín. Það er honum sama nauðsyn og að anda og syngja og matast og sofa hjá að finna að hann sjálfur sé að bregðast við sínum eigin vandamálum, gleðjast yfir sínum eigin verkum eða æðrast; það er í honum; það er bóndi í honum. Hann verður að fá að skapa. Hann verður að ryðja og rækta og brjóta og byggja. Hann verður að móta sjálfur líf sitt. Gera. Starfa. Móta. Ekki bregðast við, þola, horfa, finna og finnast. Þá koðnar hann niður, þá deyr hann.

– Þú verður að skilja það Rúna að þá dey ég. Ég get ekki unnið fyrir aðra. Þá verð ég bara ómögulegur, leggst bara í rúmið. Þó að Sveinn láti mann aldrei finna fyrir því þá er það samt sem áður hann sem ræður, það er hann sem á þetta allt saman. Þetta er hans fyrirtæki; það er hann sem hefur séð þetta vaxa og dafna, hann sem getur horft á þetta stoltur og sagt með sjálfum sér að þetta séu sín handarverk. Og auk þess er það hann sem hirðir mestallan peninginn. Hann græðir á tá og fingri maðurinn. En hann getur snattað mér að vild sinni og það þoli ég ekki.

Hún verður að skilja það og hún reynir að skilja það – að minnsta kosti segir hún ekkert við hann til að hindra að hann hætti hjá Sveini eftir átta ár. Hann ætlar að reyna upp á eigin spýtur, vera sjálfs sín. Hann og Sigþór sem líka er farinn að hugsa sér til hreyfings. Sigþór er óbreyttur, ennþá skemmtilegi maðurinn, ennþá sífellt að sjá út færi á að láta gjalla í sér athugasemdir sem koma eins og óvart en virka samt á mann eins og hann sitji í fótabaði á kvöldin og semji þær. Hann skvettir í sig og talar hátt og digurbarkalega á fylleríum, hann fer með vísur sem hann gefur í skyn að hann hafi sjálfur ort en Sigurður kannast jafnvel við úr sveitinni sinni, hann kærir sig ekkert um helvítis heiminn gæti maður haldið af því hvernig hann lætur – en hann er líka duglegur og úrræðagóður og hann er líka knúinn áfram af vilja til þess að móta, gera, starfa. Og hann hefur ýmis sambönd í gegnum flokkinn; hann hefur meira að segja drukkið með ráðherra einhvern tímann. Og saman fara þeir á fund ráðherrans til að fá bankalán og það er svo auðsótt mál að ungi maðurinn skilur það varla. Sigþór og ráðherrann skiptast bara á gamansögum og klámvísum og öðru þvíumlíku lagsm. og olnbogaskota-hjali milli þess sem þeir dylgja óspart um samflokksmenn og þá sem hann hélt að væru samherjar og svo lyftir ráðherrann símtólinu og hringir í bankastjórann og segir ho-ho-ho manstu útí Hamborg – og svo ganga þeir út, einni stétt ofar í samfélaginu. Svona er lítið mál að stökkva milli stétta á Íslandi. Ótíndir verkamenn verða borgarastétt á augabragði – uppfylli þeir viss skilyrði. Og hann sem hélt að hann þyrfti að byrja á að sanna frómleik sinn og gott mannorð, og þar næst áhuga sinn á vestrænni samvinnu og andúð á undirróðri kommúnista. Ekkert slíkt; Sigþór bendir bara á hann og segir við ráðherrann sem þegar er farinn að tísta af eftirvæntingu snjallyrðanna: Hann er nú úr sveit þessi, og síðan kemur þögn sem virðist fremur vera kúnstpása en þögn þess sem dettur ekkert í hug að segja – og svo heldur hún áfram þangað til allir skilja að ekkert meira þarf að segja, og hlæja. Hann er hins vegar ekki hissa þegar hringt er í hann í næstu smölun innan flokksins, og verður meira að segja dálítið upp með sér að vera slíkur maður í samfélaginu að leitað sé eftir hans litla lóði.

Sveinn tekur þeim vel og óskar þeim til hamingju og gæfu og gengis, tekur fram flösku og gefur þeim í staupinu. Þeir drekka sig fulla. Vísur, fleiri vísur. Syngdu Siggi, syngdu eitthvað. Jónójón. Loooofmalakooff! Fleiri vísur. Og þá segir hann Hallgrímur rétt si svona . . . og einu sinni var Púlli . . . Árni Pálsson var eitt sinn . . . Ég hef selt hann Yngri-Rauð . . . Hann Kjarval vinur minn . . . fleiri vísur, heyrðu syngdu Siggi. Þegar hann fer fylgir Sveinn honum til dyra, klappar á herðarnar á honum og segir: Þú getur alltaf komið aftur, þú veist það vinur minn – og þá skilur hann að Sveinn hefur enga trú á honum og heitir því með sjálfum sér að hann skuli aldrei fara aftur heldur þvert á móti eignast stærra og meira fyrirtæki, slá helvítis manninn gersamlega út, setja hann á hausinn, eins og hann þrástagast á við Sigrúnu milli þess sem hann heimtar að þau dansi og hún fellst á það hlæjandi og hann syngur einn fyrir dansi og þau svífa ein um stofuna, tvö ein, og ég heyri þetta: Kondu í Koster vals . . .

***

Hún situr ein í litlu stofunni næstu árin. Eftir kvöldmatinn sígur hann einhvern veginn af stað án þess að segja nokkuð annað en já ég veit það með svipnum og fasinu öllu og hún situr ein í stofunni á kvöldin og vindurinn gnauðar á glugga. Ein yfir barninu og saumaskapnum og útvarpinu og vindurinn hamast á glugga, meðan hann Siggi er að bera ljós um alla bæ; hann er að tendra og upplýsa tilveru allra hinna og búa í haginn fyrir tilveru þeirra sjálfra þess á milli með því að vinna í nýja húsinu sem rís svo ógnarhægt að henni finnst það stundum alls ekki vera að rísa heldur þvert á móti síga ofan í moldardrulluna sem er allt í kring og er auk þess einhvers staðar inni í vogum sem er úti í sveit – hún flutti ekki til Reykjavíkur til þess að búa einhvers staðar úti í sveit, segir hún honum ekki á kvöldin, heldur hugsar það. Þau eru hætt að fara í labbitúra, hætt að fara í bíó, þau hitta aldrei neinn. Einu sinni gerðu þau fullt af furðulegum hlutum saman, hoppuðu um alla íbúð saman á einni löpp, grettu sig framan í spegilinn, gerðu hitt inni í kústaskáp, gerðu alls konar asnalega hluti af því þeir voru einkabrandarar og einkabrandarar eru einkasamsæri gegn heiminum en núna líður henni eins og þau hafi lokast inni í þessu samsæri, án brandara, segir hún ekki við hann heldur hugsar einhvers staðar inni í sér, inni í mér. Þau fara ekki út að dansa. Þau dansa ekki lengur ein á stofugólfinu. Félagslíf hennar einskorðast við spjall í biðröðum um það eftir hvaða varningi sé eiginlega verið að bíða. Þau eiga enga vini, einu sinni átti hún vinkonur, hvar eru þær? Hvers vegna á hún svona erfitt með að hitta þær? Hvers vegna? Vegna þess að hún hittir þær aldrei. Þau eiga ekki neitt nema framtíð í vændum: þegar við verðum komin í húsið, þegar um fer að hægjast hjá okkur, þegar við verðum búnir að borga lánin okkar, þegar peningarnir streyma inn manneskja og maður verður bara með alls konar bjána utan af landi í vinnu fyrir sig til að gera alla hluti fyrir sig – þá . . . Þá. Hún vissi aldrei hvað átti að gerast *þá* en smám saman fór hún að sjá þetta sama mýrarljós og hann, smám saman fór hún að upplifa tilveruna sem ógnarlangan þorra sem þyrfti að þreyja. Og þegar hún vaknar einhverja nóttina ein í rúminu sínu og fer fram í stofu og hann situr þarna einn í myrkrinu, svarti lokkurinn fellur fram á ennið, hönd er undir kinn, líkaminn allur svo óskaplega mikið slytti og augun eru samt opin þó að hann sofi – hvað getur hún þá annað gert en að strjúka honum um kinn og hár og segja: Elsku Siggi, elsku elsku Siggi, þegar hægist um þá – og leiða hann svo inn í rúm?

***

Handan við hornið bíður alltaf eitthvert verk. Næsti

dagur ber í skauti sér verkefni sem átti að ljúka í gær. Þarna hafði ekki verið tengt rétt og bráðum verður hringt og kvartað. Þarna þarf að borga og bráðum verður hringt, og þarna þarf að rukka og hvernig væri að hringja? Hvernig væri að Sigþór hlunkaðist til að gera það? Var það ekki hann sem átti að sjá um helvítis skrifborðsstússið, bakveikur og vitlaus? Hvernig væri þá að meðeigandinn gerði eitthvað annað en að éta úr sér horinn? Ryksugurnar seljast ekki. Lamparnir hreyfast ekki. Hvernig getur allt þetta fólk verið á gangi um götuna án þess að líta inn? Hvernig fer allt þetta fólk eiginlega að því að komast hjá því að líta inn og kaupa þó ekki væri nema eitt andskotans helvítis öryggi? Þetta piltgauð á vegum Sigþórs sem afgreiðir í búðinni kann ekki neitt. Hann getur ekki einu sinni pakkað inn batteríi. Hann getur ekki einu sinni gefið til baka af hundraðkalli. Hann kann ekki neitt nema að vera feitur. Ætli hann éti öryggin?

Ryksugurnar rykfalla. Ísskáparnir grána. Getur hugsast að þessir hroðalegu lampar virki? Hvar getur hann fengið einhvern almennilegan varning? Þetta ljóta drasl sem hér og þar á stangli hangir í búðinni og hímir út við vegg er bara til háðungar. Hann þarf að drífa sig. Hann þarf að vera kominn upp á Bústaðaveg klukkan áðan. Hann þarf að fara út á Vesturgötu. Hann þarf að klára hérna á Klapparstígnum. Hann átti að vera kominn út í skip. Og þegar það er búið þá þarf eitthvað annað.

Þegar/þá. Einu sinni var það eitt og hið sama hjá honum. Lífið og tilveran voru eitt. Því að tilveran er skyrtan sem maður er í, hafragrauturinn, inniskórnir, maðurinn í útvarpinu, hægindin, óþægindin, brauðsneið, trefill, skæri, kúpling, koss; líf manns hins vegar – það er þetta sem maður veit ekki um en vitjar manns á stopulum stundum, um nótt, í baði, yfir ljóði, oní vél, yfir glasi: Er þetta þá ég? Já einmitt, þetta er ég, ég er einmitt þessi.

Komdu sæll ég, hvernig hef ég það? Það vitjar manns þegar maður uggir ekki að sér og er ekki nógu snöggur að flýja á vit fortíðar eða framtíðar. Þegar við komum á merkilega staði eða lifum merkileg augnablik notum við myndavélarnar til að hlífa okkur við vitundinni um líf okkar, notum þær til að gera nútíðina að fortíð í framtíðinni, því að ef við myndum horfast í augu við augnablikið yrðum við líka að gangast við sjálfum okkur, horfast í augu við spurninguna miklu: Er lífi mínu vel varið með tilveru minni? Þess vegna beinum við lífi okkar í farveginn sem kenna má við *þegar/þá* og teljum okkur trú um að við förum að lifa þegar við erum búin að einhverju. Ó líf!

Heyriði: ég sit bara hérna í stólnum hans afa og horfi á myndina af henni mömmu minni og bráðum eru allir klakarnir bráðnaðir þó að ég heyri ennþá klirr klirr í þeim. Það er tilvera mín þessa stundina – og líf, ef hægt er að nota það orð um mig; *kom vek mér líf úr þessum þurru greinum* . . .

***

Það væri hús á tveimur hæðum, niðri væru strákarnir sem væru fimm eða sex, uppi svefnherbergi þeirra og framleiðslustaður nýrra drengja, stórt hjónarúm með útskurði á höfuðgafli, ljósbláir skápar fullir af fötum í óreiðu og af öllum þessi ilmvatnslykt, skúffur með ermahnöppum og eyrnalokkum og armböndum og nælum sem hann væri alltaf að gefa henni og hún alltaf að týna inni í skáp, blússur og pils og kjólar og nælonsokkar. Eldhúsið væri skínandi bjart með geislandi hvítri eldavél og skínandi grænum og hvítum gólfdúki og skínandi hvítri hrærivél og brúnum ísskáp og vaskurinn væri á svo hárréttum stað að maður tæki ekki eftir uppvaskinu, og stofan væri með bláu þykku mjúku teppi sem gott væri að sökkva berum tánum í þegar maður kæmi úr baði, brúnn og virðulegur skápur geymdi menninguna, flöskur með sjaldgæfum koníökum, útskorin smáþing frá ferðalögum, myndir, bækur með þungbúnum hugsunum um lífið og tilveruna, það væri hægt að mála veggina græna, það væri hægt að setja á þá veggfóður – en glugginn yrði að vera stór og hægindastóll yrði að vera við hann því það yrði að vera hægt að horfa á sólina setjast og roða í vestri þessi fjöll sem þeir kalla Helgrindur. Og það lægju föt af drengjunum á gólfinu og leikföng hér og þar því að hér byggi fólk og óreiðan á ytra borði vitnaði um andlegt annríki allra á heimilinu. Og sófasettið væri bara gott og þægilegt þannig að gestirnir myndu fá sér eina pönnsu í viðbót og bara tíu frekar en að vera að ana af stað og það væri merkileg skál eftir útlenska listakonu á eikarborðinu. Það væri lítið herbergi þar sem hann gæti setið og dundað og þóst vera að vinna til að fá frið fyrir látunum í öllum þessum tápmiklu strákum; það væri garður allt í kring. Þar væri gott að sitja í sólstólum með longdrinks. Hann gæti smíðað lítið skýli til að sitja í þegar rigndi, og í þessum garði væri hægt að rækta alls konar stjúpur, þar væri hægt að hafa rekaviðardrumba á snöggsleginni grasflötinni, þyrnirunna, rababara, hekk sem hann myndi klippa eins og herforingi. Það væri blár bíll og þegar maður startaði færi hann vúmm í gang, þýður og strax hlýr, stór og rennilegur með ávöl bretti og stór ljós. Það væri bílskúr þar sem hann hefði rennibekk og hnakk og hreindýrshaus. Það væru orð og setningar sem féllu í eindrægni. Það væru hugsanir sem svifu frómar í húsinu.

***

Það væri tilvera sem liði í friði og iðjusemi. Það væri farsæld í auðsæld – hann vann myrkranna á milli til þess að ná þessu sem hann hafði ef til vill skynjað kvöldstund hjá Sveini og Önnu. Hann vissi að hann tefldi á tæpasta vað í vinnu sinni, stofnaði heilsu sinni og sálarheill í hættu, sífellt að hlaupa á eftir því sem átti að gera í gær, sífellt að uppfylla stundina áðan, sífellt að peðra við ólokið verk; hann vissi að hann hætti jafnvel hjónabandi sínu, hann fann það á Rúnu sem var stundum svo þögul yfir kvöldmatnum, en hann hugsaði alltaf með sér: hérna handan við hornið bíður það lífið, ég þarf bara að ná þangað – þá. Hann hugsaði með sér að þetta væri óvenju margra ára heyskapur, hann þyrfti bara að ná öllu inn – og þá. Og hann horfði á innistæðurnar í þá-inu vaxa, hann horfði á fyrirtækið vaxa, en honum kom ekki til hugar að taka peningana út úr fyrirtækinu og fara að halda sig eins og smákóngur eða fara í utanlandsreisur; hann horfði með fyrirlitningu á þá sem það gerðu. Hann tók eitt skref í einu. Hann var varfærinn og grandvar. Það sem í hans hlut kom í launum fór jafnóðum í húsið sem reis hægt og örugglega. Og nú voru þeir orðnir tveir drengirnir, Ólafur sá eldri og Kjartan sá yngri, hann réði því að hann héti Kjartan – sá fyrir sér að þessi drengur yrði Kjartan Ólafsson.

Og Kjartan Ólafsson Sigurðsson var orðinn þriggja ára og hið fegursta sveinbarn, mikill vexti og lokkaprúður, þegar fjölskyldan litla hrökk af sinni erfiðu en farsælu *þegar/þá* braut. Fyrirtækið hafði starfað í sex ár. Hann mætti til vinnu einn júnímorgun. Það beið hans bréf.

Sigþór játaði fúslega að hann væri illmenni og fantur – hvað sem þú vilt, ég er það. Hann játaði í glaðlegum rabbtón að hann hefði dregið sér fé allan tímann. Hann játaði í skemmstu máli allt. Og hafði tekið allt. Hann var farinn til Kaupmannahafnar og hafði tekið allt, allan sjóðinn – alla peningana sem Sigurður hélt að hefðu farið í að greiða lán. Þeir skulduðu heildsalanum. Þeir skulduðu laun. Hann hafði þrælað þarna í sex ár og hann skuldaði allt, átti bara steypuna í ófokheldum kumbalda inni í vogum, úti í sveit. Hann hafði komið til borgarinnar til þess að reisa hálft hús úti í sveit.

Fyrst tók hann þessu eins og bóndi. Bændur eru því vanir að horfa á allt sem þeir hafa byggt gert að engu fyrir duttlunga náttúruaflanna, hann gat með sjálfum sér ímyndað sér að hér væru að verki þvílík öfl. Hann ákvað að ganga fyrir mektarmennina og skýra fyrir þeim sína hlið og fara fram á fyrirgreiðslu. En hann var ekki sérstaklega laginn að tala við ráðherra og bankastjóra og sennilega var hann aldrei mjög mikilvæg persóna í þeirra augum, og engar sameiginlegar minningar gat hann rakið frá Hamborg. Hann komst að raun um að honum hafði aldrei verið hleypt upp um heila stétt – honum hafði bara verið gefið færi á að verða ríkur.

Það er ekki endilega verst að ráðin skuli tekin af manni um alla hluti, smáa og stóra. Það er ekki endilega verst að nafn manns skuli orðið tortryggilegt í sjálfu sér, orð manns séu einskis metin, persóna manns einskis verð, mannorð manns fótumtroðið, fjölskylda manns brennimerkt. Það er ekki endilega verst að vera ekki borgunarmaður fyrir því sem maður hefur tekist á hendur og allt sem maður hefur byggt skuli vera hrunið.

Verst er að viðtengingarhátturinn er tekinn frá manni. Það er ekki lengur neitt *sem væri*. Maður sér ekki lengur framtíð sína sem möguleika – ef ég geri svona og svona þá gerist þetta og þetta. Brautin sem maður hefur geymt inni í sér og haldið opinni gegnum þykkt og þunnt, brautin sem vörðuð er orsökum og afleiðingum – *þegar* ég geri þetta *þá* gerist þetta – hún lokast, og hún lokast fyrir fullt og allt.

Syngdu Siggi.

Þessar hendur

Þegar kjartan fór fyrir nokkrum mánuðum að hringja á daginn og um miðjar nætur til þess að spjalla við þögn okkar inn á símsvarann þá fannst mér hann ekki vera að tala við mig vegna þess að ég sá ekki hendur hans. Þær undirstrikuðu alltaf orð hans, drógu fram það sem honum lá raunverulega á hjarta, settu frásögn hans í tilfinningalegt samhengi: hann lauk setningum með handarsveiflu og allt varð ljóst. Þær sýndu. Menn og konur gengu hjá í hreyfingum þeirra og voru í alls konar hugarástandi, atvik lifnuðu, eitthvað hljómaði, eitthvað söng, eitthvað brast. Þessar hendur voru hljómsveit, þær voru leikhús. Allt streymdi, þær lýstu.

Þessar hendur. Þegar hann var átta ára var hann sendur í sveit í fyrsta sinn á Bjarnarstaði þar sem föðurbróðir hans hafði tekið við búi ásamt konu sinni. Þar lærði hann að klappa hundinum og þar lærði hann að þola konunum að klappa sér. Þær tóku allar ástfóstri við hann strax vegna þess að hann var í nýjum og of stórum fötum og hann var mjór og hann var með þykkt hár og dökk augu. Ógift og barnlaus föðursystirin laumaði að honum smákökum sem hann laumaði að hundinum, amman sem hafði að sama skapi dálæti á honum sem hún hafði sýnt föður hans fálæti gaf honum kandís – sem hann gaf hundinum. Á haustin kom hann til baka jafn grannur og áður meðan hundurinn rorraði í spiki orðinn hálfblindur af sætindum. Fyrsta sumarið hafði hann þann starfa að stugga oft á dag við kindunum sem alltaf sluppu í flagið; hann sótti kýrnar og hjálpaði kvenfólkinu við að mjólka þær, og eftir kvöldmat horfði hann á bakið á afa sínum, köflóttu skyrtuna, axlaböndin, hvítan kollinn og hárið sem hefði átt að hylja hnakkann en gerði það ekki heldur stóð út í loftið eins og kría að steypa sér. Gamli maðurinn var að leggja kapal, sífellt að flýja kóngabilin en slapp aldrei undan þeim. Drengurinn sá hann aldrei stokka spilin öll þau sumur sem hann var þarna, kannski gerði hann það á nóttunni, kannski hugsaði hann: Til hvers?

Hann yrti varla á drenginn.

Kjartan átti heima í sveitinni frá fyrsta degi ólíkt eldri bróður sínum sem allan tímann hafði verið fullur af óyndi meðan hann var þar og fór ekki aftur. Hann starfaði á daginn, kvöldin hverfðust í svefn, hann gat starað á kvist á sunnudagsmorgni – hann gat legið í hvamminum. En hann skar sig úr hópi sveitabarnanna fyrir þá sök að hann hændist að öllum skepnum, gat horft hugfanginn á rollur jórtra, undi sér jafnvel við að skoða hænsnin og hann kunni að strjúka kúnum á sefandi hátt, þær skildu hann og hlýddu honum. Gamli hundurinn fylgdi honum eins og skugginn og beið hans frammi í sínu skoti á morgnana. Hann hafði ekki aðeins sætindaást á drengnum; þessar hendur. Ég sé þetta: þegar þeir lágu saman vinirnir í hvamminum við ána og létu niðinn og goluna leika um sálina fannst Kjartani að hann væri þar sem hann ætti heima. Finnst mér. Þegar hann var níu ára ólmaðist hann svo í heyskapnum að hann virtist hamrammur. Fannst Bjarnarstaðamönnum. Þegar hann var orðinn tíu ára fór hann upp á traktor í fyrsta sinn eftir að hafa nauðað um það lengi og það kom á daginn að hann kunni á traktor. Þegar hann var tólf ára skipti hann um heddpakkningu í einum bílnum og öðlaðist þar með rétt til að aka honum á næstu bæi. Þegar hann var þrettán ára var hann kallaður á aðra bæi til að fara græðarahöndum sínum um krankar vélar. Bjarnarstaðamenn litu á hann sem einn af sér. Menn á öðrum bæjum litu á hann sem uppvaxandi undramann. Konur litu á hann. Þessar hendur. Hann skrúfaði sundur og þreifaði fyrir sér og eitthvað var ekki eins og það átti að vera þegar puttarnir þrýstu á það; hann potaði og skrúfaði og losaði og tengdi og það kviknaði ljós.

Þegar hann var fjórtán ára opnaði hann ekki bílaverkstæði í kauptúninu til að una við það alla sína daga. Hann varð sendill. Hann fékk nú í fyrsta sinn á ævinni kaup en lengra fannst honum upphefðin ekki ná, þessar hendur nýttust honum nú til að rétta mönnum umslög; hann gat ekki með nokkru móti litið á það sem starf að hjóla um með umslög, ekki eftir að hafa verið í sveit þar sem hann gat gengið í flestöll störf. Lögmálið: fegursta og stærsta húsið í öllum landsfjórðungnum selst fyrir sama verð og kjallari í Reykjavík; fjallkóngur sveitarinnar verður klósettvörður í Reykjavík; sveitarmeistarinn í langstökki verður fimmti í sínum riðli í Reykjavík; tólf vindstiga bylur þykir ekki jafn fréttnæmur og dálítil mugga í Reykjavík sem þar að auki er kölluð snjóstormur. Hann var fullnuma að kalla í vélalaunhelgum Bjarnarstaðamanna og hefði getað skákað flestum bílafúskurum höfuðborgarinnar og það nýttist honum til sendilsstarfa. Þetta sumar rann það upp fyrir honum að tíminn líður og hlutirnir breytast. Fyrir vikið fannst honum tíminn líða hægt. Þetta sumar dó hundurinn. Allt fer.

***

Hann var kraftmikill en um leið hæglátur piltur alla sína bernsku og foreldrar hans og systkini urðu ekki vör við raunveruleg umskipti á honum þegar hann komst á unglingsárin, þótt hann yrði gæi. Áfram gat hann dundað sér tímunum saman einn í herberginu sínu við módel og púsluspil og þessháttar handavinnu og áfram átti hann það til að sýna foreldrum sínum óvænta blíðu þegar hann fann á sér að rifrildi kynni að vera í aðsigi og reyna að beina athygli þeirra að sér og burt frá þeim sjálfum – áfram átti hann til óvæntar upphrópanir. Hann var einverunni vanur og tók hana ekki nærri sér, sóttist heldur ekki eftir henni.

Það var alltaf eins og hann væri gersamlega óháður öðrum.

Hann sagði mér frá þessu: eina minning hans frá því í sjö ára bekk var þegar hann horfði á tuttugu skrækjandi stelpur elta einn strák sem hafði orðið uppvís að því að vera feitur og fluglæs gleraugnaglámur og var alltaf lafmóður eins og hann væri sextugur forstjóri að labba upp stiga. Daginn eftir settist Kjartan við hliðina á honum. Þeir urðu vinir og sátu saman allan barnaskólann. Þegar hinir krakkarnir gáfust upp á því að elta ofvitann vegna þess að þá var Kjartani að mæta og voru meira að segja sum farin að telja sér trú um að þau væru góð við hann varð Kjartan smám saman altekinn forvitni um viðbrögð sessunautarins við ýmsu áreiti, hann fór að athuga hvernig hinn myndi bregðast við því þegar potað væri í magann á honum skyndilega og óvænt. Viðbrögðin voru ekki óvænt: Hættu þessu sagði feiti drengurinn og kveinkaði sér. Hann potaði aftur. Hann kitlaði. Og klóraði. Og hárreitti. Þessar hendur. Vinur hans og skjólstæðingur bar ekki hönd fyrir höfuð sér, hann hætti að kveinka sér eftir því sem grimmd Kjartans óx. Að lokum færði hann borðið sitt burt frá Kjartani, þessi feiti og móði drengur sem enn var að læra að þekkja hjörtu mannanna. Hann hvarf úr lífi Kjartans ári síðar. Það varð eitthvað um hann.

Þegar Kjartan var fimmtán ára fékk hann sér skellinöðru og varð gæi á jafn fyrirhafnarlausan og sjálfsagðan hátt og hann hafði áður lært öll handverkin í sveitinni. Hann fór að keyra á nöðrunni upp og niður götur á kvöldin og fram á nætur með miklum hljóðum eins og til þess að valda sem mestum truflunum í lífi fólksins. Hann stansaði og gaf inn. Hann tók af stað. Hann stansaði. Vrúmm. Hann fór í hverfissjoppuna og hékk þar en reyndi aldrei að koma sér upp ólundarlegri unglingsskeifunni; fór heldur aldrei að reykja ólíkt Ólafi bróður sínum sem var bæði helsta fótboltahetja hverfisins og ógnvænlegasti töffarinn, eftirlæti allra alveg fram að landsleiknum við Dani þegar hann fór að hata sjálfan sig af slíku offorsi að aðrir hlutu að smitast af því . . . Skellinaðran nægði Kjartani. Og stelpur.

Þessar hendur. Gunna, Sigga og Vala. Dillý, Maggý, Ellý og Jibbý – eða hvað þær hétu – hann vildi snerta þær. Hann vildi athuga hvað gerðist ef hann kæmi við hálsinn, hárið, herðarnar, brjóstin, magann, naflann, stopp. Hann vildi þreifa fyrir sér og losa og skrúfa og pota og ýta. Hann vildi liggja með þeim og masa við þær og strjúka þær og láta þær strjúka sér en um leið og þær vildu fara að skiptast á trúnaðarmálum varð hann var um sig og leið eins og þær væru að egna gildru. Hver og ein vakti ekki einasta girnd hans heldur fremur forvitni eins og ný vél; það var losti hans að vilja kunna skil á ráðgátum heimsins. Og forða sér svo þegar hann væri búinn að skoða nægju sína, flýta sér út að næstu furðu, vrúmm.

Vrrrúmm. Bíladellan sem heltók hann í sveitinni og fylgdi honum allar götur síðan var vegna þess að hann bar lotningu fyrir nútímanum, vildi taka þátt í honum – vildi ekki una því að vera sjálfur á verkmenningarstigi steinaldarmannsins meðan tækniundur nútímans streymdu fram. Hann vildi sjálfur móta líf sitt. Hann vildi aðhafast, starfa, móta. Honum nægði ekki að fá hrærivél í hendurnar og ýta á takka, hann gat ekki farið að nota hana fyrr en hann vissi hvernig hún starfaði og hvers vegna. Hann var gagntekinn af nýlundunni.

***

En þessar hendur – hún man hvernig þær voru opnar og fumlausar þegar hann strauk bak hennar, tók um hárið, hnoðaði og losaði. Hún man hvernig hann var allur einhvern veginn. Hún man allt.

Það tók þau þrjú ár að byrja saman. Það tók önnur þrjú að hætta. Þau voru saman í mjög stuttan tíma. En þann tíma voru þau saman.

Kjartan og Helga. Helga og Kjartan. Þetta var ást: hann fór alltaf eitthvað burt á sumrin, út á land eða hvarf í botnlausa vinnu í bænum, þau hurfu hvort öðru og á hverju hausti ríkti gagnkvæm óvissa: var nýr, var ný? Og á hverju hausti var þessi óvissa þurrkuð út á fyrsta balli vetrarins þegar hann stóð og hallaði sér upp að súlunni og hún gekk til hans. Þau mættust í blikkandi kófinu og hún sagði: Kjartan. Hún fiktaði í tölunum á skyrtunni hans og strauk höndunum niður eftir bringu hans. Hann lyfti sínum höndum. Þau brostu.

Hún kom úr allt öðrum stað. Foreldrar þeirra hittust aldrei. Pabbi hennar hét Jón og var þingmaður fyrir Sjálfstæðisflokkinn, hann gat sagt Kjartani sögur af Ólafi Thors vegna þess að hann hafði sjálfur verið viðstaddur þegar drundi í goðinu; hann hafði ekki bara horft á hann úr fjarska flytja ræður fyrir lítilsiglda Varðarmenn eins og pabbi Kjartans. Eins og aðrir sjálfstæðismenn á þessum aldri sem höfðu náð nokkrum frama innan flokksins var pabbi Helgu fremur aðdáandi einstaklingshyggjunnar en mikill einstaklingshyggjumaður. Hann var kerfismaður. Hann leit út eins og haftyrðill, lítill og feitur, með þykk nærsýnisgleraugu og það eina sem vakti ástríðu hans var konfekt sem hann dýfði gjarnan feitum puttunum ofan í á kvöldin meðan hann las áhugalaus ævisögur enskra stjórnmálamanna eða skýrslur.

Einkaframtakið og listræna æðin í fjölskyldunni kom frá Hönnu, húsfreyjunni; hún var kaupmaður og höndlaði með barnaföt sem hún flutti inn sjálf. Það gekk vel, en það gekk ekki af sjálfu sér, það kostaði vinnu og útsjónarsemi. Þau voru rík, en þau vildu vera vinnusöm. Þau vildu ekki berast á. Þau vildu kunna að vera rík. Þau vildu vera gott fólk. Þau stunduðu alla klassíska tónleika vegna þess að hún hafði eitt sinn í löngum adagio kafla lifað ferðalag sem hún hafði aldrei alveg snúið úr, þótt hún hefði heldur aldrei komist á áfangastað. Þau fóru á málverkasýningar og keyptu Septem vegna þess að hún sá bogann mynda háttvísa spennu við keiluna og þekkti rím formanna innan úr sjálfri sér. Þau keyptu ekki einungis Laxness og Þórberg jafnóðum heldur og Guðberg og Thor og Svövu og síðar allar þessar bækur sem voru undirlagðar árásum á þau sjálf. Þau áttu sér mjög örugga tilveru. Þau gáfu Helgu öryggi strax frá upphafi og ef til vill var það þess vegna sem hún var svo óörugg með sjálfa sig og lengi að komast að því hvar hún ætti að hasla sér völl í lífinu. Þau innrættu henni að sjálfstæðið væri sjálfsagður hlutur en ekki munaður þess sem ætíð hefur eitthvað að halla sér að í veröldinni og hún tamdi sér meira sjálfstæði en hún hafði þörf fyrir. Hún þurfti ekki að skammast sín: hún ók bíl eins og rallhetja, og það var Range Rover; hún sat hest eins og kúreki og það var gæðingur; hún unni útiveru í slagviðri og löngum fjallgöngum – það var samt aldrei langt í stóran og rúmgóðan og ríkmannlegan sumarbústaðinn.

Hún var vön stillingu og samræðum. Bóndinn var hæfilega sérvitur með konfektið og pípurnar sínar og í því að botna staðfastlega aldrei í hasarþáttum sjónvarpsins og fyrir mörgum árum hafði hann einu sinni drukkið sig blindfullan og það var fjölskyldubrandari. En hann var maður sem lagði áherslu á að bursta skóna sína og sagðist dæma aðra menn eftir því hvernig þeir færu með skóna sína. Hann var þannig maður. Móðirin var hæfilega listræn í skapi til að það gæti verið fjölskyldubrandari; heimsmyndin var að vísu forpokuð í allri víðsýninni og óbilgjörn í þrúgandi umburðarlyndinu gagnvart uppátækjum annarra, en þau vildu vera gott fólk. Og öryggið: þær voru þrjár fallegar systur sem enn áttu foreldra sína að og tvær þær eldri höfðu náð sér í kærasta sem voru hæfilega baldnir og iðnir. Hún var vön stóru og björtu eldhúsinu, djúpum hægindunum í stofunni, friðsældinni á kvöldin þegar fjölskyldan sat og var saman. Hún var langyngst og það tilheyrði þessari tilveru að hún myndi vilja rjúfa þetta öryggi, hún skyldi vera sjálfstæð, orðalaust var nánast ætlast til þess að hún yrði hæfilega róttæk í skoðunum og hæfilega andvíg ameríska hernum, hæfileg uppreisn var innbyggð í fjölskylduna rétt eins og róttæku bækurnar voru innbyggðar í kerfið. Hún brást þeim ekki. Hún var góð stúlka og hún brást þeim ekki foreldrum sínum í sjálfstæðisviðleitni og skapandi hugsun en þau hefðu samt heldur kosið róttækan og heilbrigðan heildsalason en leigubílstjórasoninn Kjartan sem var opineygur þegar hann kom í heimsóknir, átti það til að baða út höndunum og tala undarlega hátt og segja frá einkennilegum hlutum og virðast í furðu mikilli geðshræringu yfir svo sem engu, kunni ekki að borða með settlegri og áhugalausri hægð heldur góflaði í sig matnum og svolgraði vínið – var ekki einu sinni neitt sérstaklega róttækur. Þau vissu ekki hvernig þau ættu að spjalla um leigubílaakstur við þennan pilt. Þau þekktu ekki fólkið hans, höfðu varla heyrt minnst á Efridal. En þau sáu hvernig hún brosti þegar hún horfði á hann tala og heyrðu hana segja við hann hluti sem þau vissu ekki að hún hefði hugsað. Þau sáu að enginn annar kæmi til greina. Þau reyndu að láta hann aldrei finna fyrir vantrú sinni, fundu naumast sjálf fyrir henni og fundu þess vegna heldur ekki fyrir því að einn góðan veðurdag hafði hann unnið hylli þeirra.

Þessar hendur.

***

Hún lá með höfuðið upp að bringu hans og hann strauk ljósa hárið hægt. Hún var í bleiku blússunni og gallabuxunum sem hún fór í þegar hún var í skapi til að vera hún sjálf. Hún var berfætt. Hann var órakaður og hafði verið að gramsa í bíl áður en hann kom, það voru olíublettir í bláa bolnum sem hann var í, hún fann bílalykt blandast hans lykt. Með hinni hendinni strauk hann blíðlega lúna jarðfræðibók. Óróinn friðsæll í glugganum, kötturinn að sleikja sig undir stólnum. Ég sé þetta: hún horfði á hendur hans.

Hann talaði um að stundum fyndist sér að það væri ekki hann sjálfur sem gerði suma hluti, ekki sá hluti af honum sem væri raunverulega hann sjálfur heldur einhver annar og óþekktur hluti. Hann sagði henni að það fylgdi sér draugur. Það væri skotta aftan úr öldum. Hann sagðist aldrei hafa orðið var við hana en tryði samt á hana stundum þegar sér liði illa. Hann sagði henni að hann tryði ekki á álfa eða neitt svoleiðis og væri ekkert hjátrúarfullur en sér liði stundum illa, hann yrði stundum hræddur. Hún hjúfraði sig að honum. Hann bað hana um að hjálpa sér að berjast við skuggana inni í sér, hann réði ekki við þetta einn. Hann spurði hana hvort Hrafn hefði eitthvað talað við hana um daginn þegar hann varð brjálaður í partíinu og reif þorskhausinn af heildsalanum.

Hún þagði.

Ég heyri þetta:

Hann sagði henni að stundum fyndist sér sem hann

kynni hreinlega ekki að lifa með öðru fólki, hann væri svo vanur því að vera einn og óvanur því að þurfa að taka tillit til annarra, hann væri vanur því að gera bara það sem sér sýndist.

Hún spurði hann hvað hann meinti. Hvað hann væri að reyna að segja. Hann þagði.

Hvernig gat nokkurn tímann verið nokkur önnur?

Hvernig?

Hann var nítján ára og einhver labbaði kannski svo skemmtilega. Einhver hafði svo brún augu. Einhver hló þannig. Hann naut þess að spegla sjálfan sig í viðbrögðum kvenna og varð sérfræðingur í að lesa það hvernig hárlokkur var lagfærður, skipt var um stellingu, lófa snúið. Hann var ævinlega sannfærður um að sérhver hreyfing væri viðbrögð við töfrum sínum – svo sannfærður að sannfæringarkrafturinn smitaði mótaðilann. Persónutöfrar hans fólust í þrá hans eftir persónutöfrum; hann þrengdi sér inn á sjónsvið annarra með látum eða hægð, vissi ævinlega af sér og þar með af öðrum og þar með vissu aðrir af honum. Frá honum til þeirra, frá þeim til hans aftur. Sjálfur hélt hann að í sér byggju tveir menn. Annar ljós og grandvar, hinn dökkur og glæfrafullur og þegar hann horfði á hana á þessari stundu voru stóru augun hans ekki svört heldur blíð, hann var lítill strákur sem hafði gert eitthvað af sér og hann útmálaði fyrir henni sekt sína gagnvart mér sem sé þetta allt saman fyrir mér, hversu smánarlega hann hefði komið fram við mig, þótt saklaust hefði verið, bara asnalegt kossaflangs sem ekkert táknaði og var bara fyllerí . . .

Hún þagði lengi niðurlút. Hún var sjálfstæð í hugsun og alin upp við öryggi og var þess vegna ekki alveg örugg með sjálfa sig. Á endanum ákvað hún að segja að hann væri asni og gefa honum selbita og hugga hann svo yfir því hversu vondur hann væri. Það var þetta kvöld sem þau byrjuðu raunverulega saman. Í þrjú ár höfðu þau verið að þreifa sig áfram, en þetta kvöld afhenti hún honum trúnað sinn, kom honum í skilning um að hún treysti því að þetta myndi ekki endurtaka sig og um leið tóku kenndir þeirra stökkbreytingu, um leið kom ekki til greina að líta nokkurn tímann á nokkurn annan. Í herberginu var algjör þögn og þau snertust og afhentu hvort öðru vanmátt sinn og óöryggi og hræðslu í heiminum. Það var þetta kvöld sem þau tóku að færast hvort frá öðru.

Syngdu Siggi

ÞEGAR KJARTAN var bara sjö ára heyrði hann pabba sinn syngja við morgunraksturinn og tíu árum síðar sagði hann mér frá því og spurði mig hvers vegna hann sjálfur hefði aldrei getað sungið. Ég sagði að hann hefði oft sungið: Þú ert alltaf að syngja þessi fáránlegu lög þín.

– Ég meina ekki þannig, sagði hann: Ég meina *sungið*.

– Ég skil.

– Ég hef alveg rödd, er það ekki?

– Jú eflaust, sagði ég.

– Hlustaðu bara: *Í sól og sumaryl ég samdi þennan . . .*

– Jú jú. Þú hefur alveg rödd. En þú hefur aldrei getað *sungið?*

– Nei.

– Af hverju ekki?

– Ég veit það ekki.

– Skrýtið, sagði ég.

– Já skrýtið, sagði hann.

En hann mundi þennan morgun þegar hann lá í rúminu sínu hægra megin í herbergi þeirra bræðranna og losaði svefninn hægt við þessa rödd og við sólina. Hann rifaði augun og hún skein heit í gluggakistunni þar sem legóhúsið var með kúm á beit við bílskúrinn. Ég átti kýr maður, sagði hann og hristi hausinn hlæjandi: Og þær voru alltaf á beit, gátu ekki verið öðruvísi – annars voru kýrnar í sveitinni líka alveg eins, fyndnar svona kýr . . .

Og fyndið hvernig sólin skein á gólfinu þar sem hersveitir suðurríkjanna stóðu þöglar og hreyfingarlausar andspænis fylkingu norðurríkjamanna og biðu báðar eftir þungri járnkúlunni. Hann var sjö ára – hann mundi ekki margt frá þessum árum, en þennan morgun mundi hann, þó hann væri ekki mikilvægur. Af baðinu við hliðina á strákaherberginu barst hljóðið af rennandi vatni. Og rödd.

Ég heyri þetta: hún rís yfir rennandi vatnsniðinn, há og hrein, tær, þrungin. Það er sól í henni, það er birta. En lagið er svo raunalegt; textinn er ástarljóð sem skáldið hefur ort til sjálfs sín og lagt einhverri stúlku í munn, hún er að minnast þess þegar hann sigldi burt og inn á milli koma spakmæli þrungin dýrkeyptri visku og öllu þessu skilar há tenórröddin, allri þessari sorg, öllum þessum hroðalegu örlögum. Það er auðheyrt að söngvarinn er í sólskinsskapi.

– Hættu þessu góli maður, þetta heyrist út um alla blokk, segir mamma hans.

– *Því hyyguur miiinn er hjá þér buuunndinn*, ha varstu að segja eitthvað?

– Viltu gjöra svo vel að hætta þessum helvítis öskrum undireins!

Hann segir: Amm, og heldur áfram að humma lagið lágt. Hann er þrjátíu og sjö ára gamall og varla grátt hár, varla hrukka, nema þegar hann brosir, þá dýpka augnkrókarnir. Hann brosir, og áður en hann veit er hugur minn aftur hjá þér bundinn og háa céið aftur farið að óma um alla blokk. Hann dregur raksturinn beinlínis á langinn vegna þess að þar með veitist honum lögmæt afsökun fyrir söngnum. En þó að hann hafi að engu gremjuleg tilmæli konunnar sinnar er hann samt ekki að hugsa helvítis kellingin eða neitt í líkingu við það. Þannig myndi hann aldrei hugsa til hennar. Honum hlýnar um hjartarætur við að sjá hana fyrir sér við eldhúsbekkinn, langa og granna í þverröndóttum bolnum, með drengjakollinn dökka og stóru augun dökku, en hann er samt ekki að hugsa um hana nema rétt í svip. Hann er að hugsa: Ég hefði átt að verða söngvari.

Og færist við það allur í aukana. En man svo eftir konunni og lækkar ögn röddina. Og fer aftur að hugsa um hana og finnst að án hennar væri það einskis virði að búa í þessu húsi og eiga þennan bíl, horfa á drengina una sér við leik, horfa á sólina setjast eða tunglið speglast á haffletinum. Hann fer yfir stundir þeirra í huganum og dvelur við þær þegar þau sátu tvö saman á bekk og horfðu á kvöldhimin dökkna, þegar þau gengu saman eftir höfninni og horfðu á togara og þau höfðu krækt saman höndum sínum og öllum þráðum og hann fann til þess að hann væri lánsamur. Hann finnur það núna við raksturinn á þýðingarlausum morgni. Honum þykir vænt um þessi tilmæli hennar um að þagna. Hann telur að hún meini þau ekki alveg. Honum finnst að innst inni veiti söngurinn henni gleði og ánægju yfir því að hann skuli enn sýna svo unggæðislega framkomu, enn vera svona mikill Siggi, enn sé lífsmark með honum, enn er hann grannur og spengilegur, enn er hárið þykkt og augun lifandi og röddin skær; hann heldur að hún heyri rödd hans eins og hann heyrir hana. Hann telur víst að hún dáist að því hversu ung röddin sé og fögur. Hann hugsar með sér að hún sé bara að þusa til að þusa og þusið vitni umfram allt um ástúð, hún sé í rauninni að láta í ljós að enn séu þau náin, enn skipti hana máli hvernig hann er og hvað hann geri þrátt fyrir allt og allt og þegar hann er búinn að hugsa þetta verður hann snortinn og hættir snögglega söngnum – *til hinsta dags ég* – og rýkur fram án þess að skrúfa fyrir vatnið, inn í eldhús og þrífur í konuna aftan frá þar sem hún stendur við að skera brauð ofan í eldri bróðurinn þrettán ára og raðar kossum á háls henni – og raksápu.

Hún veinar.

Og inni í herbergi liggur Kjartan sjö ára og breiðir sængina upp fyrir höfuð og undir henni getur hann látið alla vera sofandi ennþá. Allir eru bara sofandi í rúmunum sínum sem er innbrett sængin. Þetta er baðstofa. Það er fullt af fólki í henni en bara hægri kall og vinstri kall sjást. Þeir liggja hvor til sinnar hliðar. Svo eru þeir allt í einu vaknaðir og labba svolítið um á jarkanum og heilsast með virktum yfir bringu hans. Svo fara þeir að boxa. Svo eru þeir orðnir kall og kelling og farnir að kyssast. Svo fara þeir að tala saman með miklu handapati. Annar er kóngurinn, hinn er eitthvað. Eitthvað hneigir sig aftur og aftur fyrir kónginum. Svo er eitthvað orðinn Kennedy og kóngurinn Bjarni Ben. Svo eru þeir Bítlarnir, og langatöng heldur um gítarhálsinn og þumall lemur strengina. Þeir syngja: Sjúvanna lilla lovva beibí/ sjúvanna bía je. Svo fara þeir að boxa af því þeir eru Sonny Liston og Cassius Clay. Hann heldur með báðum. Tsjjííú, ááá, djöh, stjooíí, tjsaa, tjsaaáá, öhh, djöh . . . Honum tekst aldrei að láta annan vinna, þeir rotast á víxl allt þar til sænginni er svipt af honum og hann liggur með samanflækta fingur í röndóttu náttfötunum sínum. Og yfir honum stendur pabbi tilfinningaþrunginn á svip, réttir til hans aðra höndina og hrín: *Þó mér mistækist margt litli viin . . .*

– Það er svo skrýtið hvað maður man, sagði hann við mig þegar við sátum tveir í stofunni heima eina sumarnótt og drukkum te og kjöftuðum: ha. Fáránlegt, ég man þetta allt í smáatriðum, en hef ekki hugmynd um hvers vegna. Af hverju man maður eitthvert skipti þegar maður fór yfir götu eða eitthvað en getur ekki með nokkru móti rifjað upp þegar eitthvað raunverulegt gerðist? Finnst þér þetta ekki skrýtið?

– Jú ferlega skrýtið, sagði ég.

En ég veit þetta: Þegar pabbi hans var að raka sig var hann að komast í þetta skap sem hann komst stundum í – eins og það væri eitthvað sem hann hefði ekki, en gæti fengið, og vildi. Það byrjaði oft með þessum raksápusöng, það endaði alltaf á einn veg. Og inni í eldhúsinu var konan ekki að hugsa um hversu skær og ungleg röddin væri enn í honum Sigga. Hún var ekki að skemmta sér yfir því hversu óhlýðinn og óhaminn hann væri nú ennþá. Hún var ekki að fara yfir stundir þeirra saman. Hún var ekki að hafa áhyggjur af því að óhljóðin í honum myndu valda ónæði – þegar hún stóð inni í eldhúsinu og var að skera brauðið og laga hafragrautinn var hún með hugann við kvöldið og nóttina þegar hún og drengirnir biðu og biðu og túlkuðu hljóðin í blokkinni sem voru bara vindurinn, auðvitað bara vindurinn, já en þetta er bara vindurinn vinur minn, og stundum var eins og einhver væri að koma, stundum heyrðist í lyftunni og stundum stoppaði hún á sömu hæð og sem snöggvast virtist sem einhver væri við dyrnar, en það var enginn – eða var það enginn, var kannski einhver að gera boð á undan honum? Nei vinur minn bara vindurinn, sofi sofi, og búmm! hurðinni sparkað upp. Án þess að heyrðist í lyftunni. Án þess að rjálað væri við dyr. Sparkað upp og hann myndi hrynja illúðlegur inn til að sofa í nokkra tíma, til að halda svo áfram, til að hrynja svo inn og sofa, til að halda svo áfram og halda svo áfram og halda svo áfram. Hún stóð þarna í eldhúsinu og var að hugsa um að þá myndi hún sjálf ekki geta haldið áfram öllu lengur vegna þess að hann myndi stjaka við henni, hann myndi urra á hana, hann myndi vekja drengina og skelfa þá, hann myndi syngja, hann myndi öskra, hann myndi röfla, hann myndi rymja og detta um húsgögnin. Hún myndi þurfa að enda á því að segja Siggi minn elsku Siggi minn svona svona elsku Siggi minn ekki gráta, ekki vera að þessu, komdu nú bara að sofa elsku elsku Siggi minn, en hann færi ekki að sofa, það kæmi ekki til mála, hann gæti það ekki vegna þess að hann mætti ekki missa af einhverju, hann mætti ekki missa niður túrinn sinn, missa æði sitt – og hann myndi fara.

Og hann myndi koma svo aftur annað kvöld og

fleygja lampa í vegg. Fullur af afli, ungur og stæltur. Fullur af eitri og alls konar dellu sem hann yrði að losna við. Hann myndi æða um gólfið líklegur til að slá til hennar en það gerði hann samt ekki, heldur léti hann sér nægja að þrífa til hennar og kyssa hana og þukla hana og vilja sofa hjá henni. Og ekki geta það. Flækja sig í rúmteppinu. Detta um fötin sín. Blóta, hlæja, brölta. Og fara að skurka í eldhúsinu, röflandi og rymjandi. Honum myndi enn finnast hann skemmtilegur. Ungur. Ég og heimurinn. Reiðin blossaði bara stundum upp og þá myndi hann skella skáphurð. Og koma æðandi inn og þruma: Hvar varstu í nótt! Léstu hann Sigþór ríða þér? Varstu með honum í þessu? Hún hugsaði alltaf þegar hún horfði á hann æða um með þessi trylltu augu: Þetta er ekki hann.

Og hann myndi koma á þriðja degi og hann myndi slá til hennar en það væri enginn ofsi lengur í reiðinni, heldur væri hún og allt hans ástand eins og löng og þrálát rigning. Hann myndi setjast á rúmstokkinn hjá henni með flöskuna milli hnjánna og húka þar kjökrandi samhengisleysu um mikilleik sinn og lítilmótleik, fórnir sínar og ást sína á henni og drengjunum og biðja hana auðmjúkur um að segja sér alveg satt: Léstu hann nokkurn tímann ríða þér? Hann myndi tala um sig og Sigþór, sig og hana, sig og heiminn, sig – umfram allt sig. Hann myndi fara um morguninn grátandi yfir því að þetta væri allt saman tóm helvítis blekking og della. Og á fjórða degi myndi hann koma og enginn vissi hvort fýlan af honum væri af brennvíni eða hlandi og hann yrði hættur að tala við hana og hættur að tala við sjálfan sig og hættur að tala um sjálfan sig. Hann þruglaði bara. Hann myndi tala um Hana. Formæla Henni, andskotans skottunni sem hann horfði á flírandi í skotinu, og það var hún sem hafði lagt líf hans í rúst, það var ættarfylgjan sem hann sat saklaus uppi með; hann myndi sitja álútur og ber að ofan á rúmstokknum hjá henni, með spenntar greipar og segja henni frá skottunni ójafnri röddu sem stundum myndi rísa svo hún hrykki upp, aftur og aftur, HEYRÐU ÉG ER AÐ TALA VIÐ ÞIG, þrjátíu sinnum myndi hann segja henni þessa sögu um skottuna, ævinlega eins og hann hefði ekki sagt hana áður, með löngum og óbærilegum kúnstpásum, og hún yrði löngu löngu komin handan við það að æpa.

Á fimmta degi myndi hann ekki koma heim.

Og á sjötta degi myndi hún ekki vita nema nú væri loksins komið að því, hún vissi ekki hvort hann væri lífs eða liðinn eða hvað væri að koma fyrir hann, hvað hefði komið fyrir þau öll. Og grimmast af öllu væri þegar hann hryndi inn undir miðnættið og hún yrði snöggvast ósegjanlega glöð að sjá þetta úrþvætti, þessa lifandi háðung alls þess sem hann hafði verið og hann færi ekki að sofa strax heldur myndi hann ráfa um allsber og glataður og tautandi og snöktandi og þá mundi hún sjálf ekki geta haldið áfram öllu lengur að segja elsku Siggi minn, vertu nú ekki að þessu, hún mundi jafnvel ekki bæla niður þann þanka að betra hefði verið að hann hefði ekkert komið aftur í leitirnar.

Og þá, einmitt þá færi hann að sofa.

Einmitt þá, þegar hún fyndi hvorki til andstyggðar lengur né hryggðar né neins – þá færi hann að sofa og hún myndi finna til ósegjanlegs þakklætis í garð hans fyrir að gera jafn hversdagslegan hlut og það að fara að sofa. Hann virtist finna á sér að hér væri réttast að láta staðar numið, ekki yrði lengra komist í þetta sinn, það var engu líkara en að einhvers staðar innst, undir öllu æðinu og dellunni, vissi hann hvar mörkin væru.

Allt venst. Ár eftir ár taldi hún sér trú um að hún tryði honum þegar hann sagði að þetta hefði verið síðasti túrinn, hann væri hættur. Hún strauk alltaf þennan úfna koll, horfði í þessi opnu augu og huggaði hann, færði honum vatn og magnyl, eldaði ofan í hann, stússaði í kringum hann og lét hann með því móti hugga sig. Aldrei var hann jafn umkomulaus og drengjalegur og eftir fyllerí, aldrei jafn fallegur. Aldrei jafn hreinlyndur. Þau voru alltaf sæl í nokkra daga, í nokkrar vikur leið þeim vel saman, í nokkra mánuði var þetta allt í lagi. Þá fór hún aftur að finna óeirðina í honum, sönginn, þrána, gleðina, óánægjuna. Talið um hvað hann hefði getað orðið, nöldrið út í kommúnistana og menntamennina og vitleysingana í umferðinni og einhverja ótilgreinda *þá* sem stóðu honum fyrir þrifum og ég þarf ekki að keyra þennan andskotans bíl alltaf, ég hef ennþá réttindin, og hefurðu heyrt um verkfræðinginn sem hélt að þyrfti að flytja brúna, við getum alveg farið aftur út í bissness, ef djöfulsins drulluhalinn hann Sigþór hefði ekki platað mig svona, ef þessi djöfulsins kommúnistastjórn hefði ekki komið þarna, ef maður fengi bara gott lán þá veit ég að ég gæti, þessar hendur kona, þessar vinnuhendur . . .

Í dag skein sól á sundin blá
og seiddi þá er sæinn þrá . . .

***

Sigurður Sigurðsson leigubílstjóri var ekki fyllibytta heldur ástríkur heimilisfaðir og samviskusamur bílstjóri sem gekk til vinnu sinnar á hverjum degi. Konu sinni var hann ljúfur og börnum eftirlátur. Lund hans var mjúk og yfirbragð prúðmannlegt. En hann var túramaður.

Túramennskan er ferð með fyrirheiti um hina sælu vansælu. Nokkrum sinnum á ári yfirgefur maður fjölskyldu sína og heimili og gerist óskabarn ógæfunnar – hann fer frá börnunum sínum og konunni sinni, öllu því sem hann ann og hefur byggt, sól sinni og stjörnum, til að takast á hendur furðulegt ferðalag inn í afkima og skúmaskot, leggja á sig ómælt erfiði og líkamlegar þrautir fyrir margra daga augnablik, fyrir þann unað að geta fundið til þess að vera auðnuleysingi. Hann hættir að stunda vinnu sína, segir sig úr lögum við samfélagið, leggst út til að blanda geði við alls kyns lýð sem hann alla jafnan hefði andstyggð á. Gerist karldýr, verður eins og fressið sem leiddur af angan yfirgefur hlýtt bæli og matarskál, eða foli sem strýkur til heimahaga af því að það er í náttúru hans. Og þegar konan hringir í vinnuveitandann og segir hvers kyns sé þá segir hann bara: Nújæja, er komið að því? Hefur skilning, er fullur af umburðarlyndi gagnvart hinum fulla – ekki örgrannt um öfund jafnvel, því sérhver karlmaður ber í brjósti vísi að sinni eigin Stiklastaðaferð. Og þeir húka þarna á börunum fram á borðið og það er nokkurs konar volk og þeir tala ekki um annað en konur sínar og börn, fórnir sínar og fíflsku, sýna myndir, berja sér á brjóst og hrópa ávirðingar sínar, metast um hver sýnt hafi mestu skíthælsnáttúruna því þessar frómu sálir eru sakbitnar yfir fánýtu ráðleysisflandrinu: einn hefur ekki komið heim í tvo daga, annar í þrjá, sá sem ekki hefur sést í viku er konungur þeirra glötuðu. Þeir horfast djúpt í augu og haldast í hendur á barborðinu og kjökra: *Volduga, mjúkhenta líkn míns lífs. . . .* Þeir baða út öngum og hrópa: *Hvíti faðmur var hjarta mitt kalt . . .* Þetta er fjör! Þeir halda saman túramennirnir, og álengdar bíða hinir sem eru búnir að vera of lengi í fjörinu til að geta haft titilinn túramenn, þeir sem *hefði getað orðið svo mikið úr* en döguðu uppi einhverja helgina fyrir fimmhundruð árum og eru ekki farnir heim ennþá úr þessari klökkvagleði sem snúist hefur upp í æviráðningu á Fíflaskipið og eru orðnir þjálfaðir í að fara með gamanmál og harmsögur ævi sinnar svo túramönnunum finnist að þeir hafi um leið verið að kynnast lífinu; og lagskonurnar sitja þarna líka álengdar en enginn hefur áhuga á að heyra þeirra píslarsögur, þeir vilja bara túramennirnir bjóða upp á drykk og játa eiginkonunum ást sína, tala um hvað þeir séu vondir og fara svo að ríða. Þeir sitja þarna á börunum og heita hversdagslega iðnaðarmaður, verkamaður, blaðamaður, þingmaður, íþróttamaður, en enginn þeirra er lengur neitt af þessu, bara þrælar á galeiðu fjörsins. Og hér kemur fjörið: einn tautar aftur og aftur Gunna, annar muldrar í sífellu Anna, sá þriðji tönnlast á Ásu, hinn fjórði þrástagast á Kaju, fimmti þylur nafn Siggu. Hver hefur þannig drottningu síns anda og dís við sitt borð; hver hefur sína möntru að þylja sem fylgir þeim á þessari ferð um eyðimörk ógna og dýrðar. Þeir sitja þarna í röð við barinn muldrandi hver sitt nafn og svo byrjar allt í einu einn:

Mig dreymir um eina alveldissál
um anda, sem gjörir steina að brauði . . .

Og innan skamms er þetta orðinn fimm manna talkór úr harmleik sem þylur þungbúinn og drungalegur þennan þjóðsöng atgervis, afreka og afglapa, kórinn magnast og rís í línunum sem hitta þá sjálfa svo beint og svo beitt:

mungátin sjálf hún ber moldarkeim.
Er mælt hér eitt orð sem ei fyrr var kunnað?

Og þeir þruma loks allir sem einn:

Ég leita mig dauðan um lifenda heim
að ljósi þess hvarms, sem ég get unnað.

Því hér má hver fara með kveðskap að sinni vild og þaulræða skáld. Hér fær karlamenningin notið sín betur en í fermingarveislunum og jólaboðunum þar sem hlaupandi krakkar trufla og mas kvenna og kökustand – hér streyma sögurnar fram um tilsvara-jónana og hortugheit þeirra við yfirvaldið, og fáheyrð afrek afrendra jötna, kenningar eru viðraðar um uppruna Íslendingasagna og uppruna Íslendinga, brjóstvitið er lofsungið, örnefnakenningin er rædd fram og aftur, farið er með ræður Jóns Hreggviðssonar, sagðar sögur af Púlla, hrakningasögur eru dregnar fram, sjóferðasögur og draugasögur og endalausar sögur um alls konar fáránleg uppátæki blásnauðra auðnuleysingja sem voru að raungera íslenska drauminn: þú skalt takast það á hendur í lífinu sem hæfileikar þínir standa síst af öllu til, en afrækja hitt sem þú getur hvort sem er; því að þá hefði getað orðið svo mikið úr þér.

Þeir hafa yfirgefið tilveru sína til að finna líf sitt. Og þegar þeir hafa fundið það um stund geta þeir aftur snúið heim reynslunni ríkari, þúsundunum fátækari, rúnunum ristari og engu bættari. Þeir hafa fundið líf sitt um stund en um leið stytt það sem þeirri stund nam; gengið á forðann; drepið í sér einmitt það sama líf sem þeir litu, það líf sem okkur er ekki ætlað að líta; því fegurðin kann að hafa volduga ásjónu og ægilega og þessum mönnum kann að hafa orðið litið í þá átt svo sem í leiftri og fyrir vikið kann þá að hafa rennt í grun Sannleikann og jafnvel Lögmálið en þeir urðu engu ríkari nema árunum sem hlóðust skyndilega á þá, sjö fyrir sekúndu, og auðvitað reynslunni þungbærri reynslunni.

***

Ég var alinn upp af gömlum manni sem las fyrir mig sögurnar um Hjalta litla og innrætti mér bindindissemi og hugsjónir ungmennafélaga og náttúrulækningar. Ég sit hér og svolgra viskí og dárast með íslenskar hugsjónir og hef ekki trú á grasafæði síðan afi dó úr magakrabba – allt fer. En ég vorkenni þó að minnsta kosti ennþá Hjalta litla . . .

Ég var úr allt öðru umhverfi en Kjartan. Ég kom úr svo ólíkum stað og var forvitinn um foreldra Kjartans eftir að hann hafði sagt mér söguna af falli og gjaldþroti föðurins sem kom í bæinn og leit aldrei um öxl, lærði rafvirkjun og stofnaði fyrirtæki og fór svo að keyra bíl frekar en að vinna hjá öðrum við iðn sína eftir að samstarfsmaðurinn var stunginn af með sjóðinn. Hann sagði mér frá þessu öllu eina nóttina heima í stofunni okkar afa þar sem ég sat við píanóið og glamraði laust á það meðan hann talaði. Ég sé hann fyrir mér þar sem hann sat með aðra löpp dregna undir sig í sófanum og hélt utan um bláa púðann og litli guli lampinn á bak við hann með háttvíst ljós í baug yfir hári hans. Við vorum tveir einir eins og svo oft – úti var sumarnótt, fugl tísti, bílaniður; nóttin.

Hann sagði: Það er svo skrýtið hvað maður man. Þessi morgunn þegar maður var sjö ára til dæmis og pabbi var að syngja inni á baði . . . hvernig röddin blandaðist rennandi vatninu . . . og svo ópin í mömmu sem gerðu mann svo hræddan að maður bara fór undir sængina og var ekki lengur til – þannig, og svo allt í einu pabbi þegar hann svipti af manni sænginni og var auðvitað bara að grínast . . . hann gat verið svo fyndinn og skemmtilegur, hann gat verið svo fjörugur stundum . . . en þetta rennur allt saman í hausnum á manni, það blandast öðru og óþægilegra, þegar maður lá um nótt í rúminu með breitt yfir hausinn og kíkti út undan sænginni þegar eitthvað brotnaði . . . þetta var einmitt um svipað leyti, þetta var kannski sömu nótt, já örugglega . . . og þegar maður kíkti út undan sænginni þá var hann einmitt að labba framhjá herberginu og ljósið féll á hann. Og ég sé hann alveg fyrir mér, djöfull maður. Hann var úfinn um hárið og einhvern veginn þrútinn í framan, mér finnst eins og hann hafi verið blóðugur í framan – hann var svo vondur í framan. Hann var allsber líka finnst mér . . . veistu, hann var einhvern veginn þannig í framan að maður þekkti hann eiginlega alls ekki – þú veist ég skil ekki þetta fyllerí, það var aldrei neitt gaman. Ég meina, hann var ekki að skemmta sér. Skilurðu. En allavega: þá var hann farinn að keyra og hættur að láta sig dreyma um að verða ríkur . . . það fór allt í vaskinn, það hrundi allt. Pabbi var kannski ágætur rafvirki, ég veit það ekki, en hann var greinilega vonlaus í svona bissness – hann þekkti ekki fólkið, maður verður að kunna á fólk í svona og passa að láta það ekki plata sig, maður verður að stúdera það sjáðu, og ekki treysta neinum. Skilurðu. Hann var svo vitlaus á þessum árum að hann treysti þessum náunga algerlega, þessum Sigþóri, hélt þetta væri fóstbróðir sinn eða eitthvað. Þeir unnu saman og ákváðu að stofna eigið fyrirtæki saman og þetta gekk ágætlega fyrst, þeim gekk vel að standa við sitt og svona held ég – annars hef ég auðvitað bara heyrt aðra hliðina. Mamma talar aldrei um þetta, hún gæti kannski sagt manni hvað gerðist raunverulega. Hún talar ekki mikið – hvernig finnst þér mamma?

– Uuu . . .

– Finnst þér hún ekki falleg? Hún er svo falleg ennþá! Hún er orðin . . . hún er að verða fimmtug maður, og hún er svo grönn! Ég skil ekki hvernig hún hefur haldið þetta út. Maður sér það ekki á henni. Hún hefur tekið þetta allt saman á sig og ég held að hún stjórni líka skólanum þarna þar sem hún er á skrifstofunni, hún segir ekki margt, en hún er undir niðri rosalega stjórnsöm.

– Hvernig þá?

– Ég veit það ekki. Hún ætlast til af manni, ég finn það, hún ætlast til þess að maður verði eitthvað annað en svona glataður. Hún til dæmis fylgist ennþá með því hvort ég læri og svona, spyr mig ennþá á kvöldin hvort ég sé búinn að lesa heima, en hún spyr einhvern veginn þannig að það er ekki eins og hún sé beinlínis að spyrja.

Skilurðu. Og ég vil helst ekki að hún sjái þegar ég kem fullur heim, hún vill auðvitað ekki að ég drekki, ég ætti líka ekkert . . . hún . . . Veistu, það fylgir okkur draugur . . .

***

Ég fann þessi bláu augu hvíla á mér strax og ég kom heim til þeirra í fyrsta sinn og Kjartan kynnti mig fyrir foreldrum sínum: Þetta er Hrafn, hann er vinur minn. Þau smugu um mig, fóru um mig, nístu mig og ég vissi ekki hvort það var hatur sem ég fann hvíla á mér eða eitthvað annað, ég fékk ekki skýringu á því.

En mér var fagnað sem gesti. Þau tóku mér eins og ég væri í heimsókn, mér hefði ekki bara skolað þarna inn eins og venjan var þegar foreldrar kunningja minna áttu í hlut. Mig grunaði að þau væru ef til vill ekki mjög vön heimsóknum, þau ættu ekki marga vini, kannski tóku þau mér að hætti sveitafólks; að minnsta kosti þá slökktu þau á sjónvarpinu og buðu mér sæti í stofunni. Mamma hans reis strax á fætur og slétti yfir sloppinn sinn með höndunum – ég tók eftir því að þær voru langar og grannar og fallega formaðar. Handtak hennar var svalt og hreint og hún horfði á mig á meðan. Mér fannst ég verða mjög lítill við það. Svo brosti hún kyrrlát og fór strax fram í eldhús, kvik á fæti og næstum stelpuleg með snöggklippt hár og rösklegar hreyfingar og innan skamms fyllti pönnukökuilmurinn alla stofuna.

Það var mjög þungt loft þarna inni – það var mjög heitt. Húsgögnin voru sterk og þung og bólstruð með plussáklæði, í dumbrauðum og karrýgulum litum, blátt gólfteppið þykkt og þungt. Í mahóníbókaskáp tók ég eftir heildarsafni Davíðs Stefánssonar og ljóðum Tómasar, Íslenzkum fornritum og seinni útgáfunni af Gunnari Gunnarssyni, þarna var Hagalín líka í hillu, en hvorki

Laxness né Þórbergur. Hins vegar þurrkuð blóm og græjur. Fáeinar plötur, Stefán Íslandi með sólarlagsmyndinni og Bach's Greatest Hits sáust. Það voru myndir upp um alla veggi, fermingarmyndir af bræðrunum, brúðkaupsmynd þeirra hjóna, brúðkaupsmynd bróðurins, mynd af lítilli stelpu sem sennilega var dóttir hans, mynd af móðurafa og ömmu Kjartans. Máluð ljósmynd af dal og eftirprentun af Stelpunum með boltann eftir Þorvald og Fjallamjólk Kjarvals. Kjartan hafði enn ekki sagt mér margt frá foreldrum sínum og ég veit eiginlega ekki við hverju ég bjóst, einhverju öðru samt held ég; þetta var bara svona heimili.

Pabbi hans var í framan eins og hann væri nýkominn úr miklu roki. Hann virtist veðurbarinn og rauðar æðar kvísluðust á háum kinnbeinunum. Húðin var grá með stórum svitaholum. Hárið var grátt og farið að þynnast mikið, bartar fram á kinnar virtust útskornir. Hrukkur kringum augu og á enni og út frá munnvikum, líka eins og útskornar. Og þessi köldu og hörðu og bláu augu sem ég hafði fundið hvíla á mér þegar ég kom fyrst inn eins og hann vildi rannsaka mig, segja mér eitthvað – eða þekkti mig og kærði sig ekki um að segja mér neitt. Ég fann þetta augnaráð ekki aftur. Hann var mjög grannur – hann var allur eins og útskorinn. Hann sat mjög beinn í baki í stólnum sínum, hafði aðra hönd gjarnan á enni og hin hvíldi á stólarmi; þær voru vinnulegar. Hann sagði ekki margt en var hlýlegur, brosti oft, en ópersónulega, hann horfði sjaldan á mig. En hann talaði við mig og þegar ég sagði eitthvað sem honum þótti kostulegt hló hann hjartanlega og kallaði fram: Heyrðirðu þetta Rúna? Og hún kallaði innan úr eldhúsinu: Já! Og hann hló meira og sagði: Að heyra í þessum strákum vitleysuna! Ja þeir eru ekki miklu betri en hann Hallgrímur gamli sem sagðar voru sögurnar af í sveitinni heima. Sá var nú ekki aldeilis að liggja á meiningunum þegar því var að skipta. Einhverju sinni . . . Kjartan fylgdist með og brosti og horfði stundum á mig eins og til að segja: Þetta eru foreldrar mínir, gjörðu svo vel, en þegar pönnsurnar voru komnar dofnaði yfir honum og loks þagnaði hann alveg, broslaus. Þau gripu alltaf fram í fyrir hvort öðru og héldu orðinu til streitu, svo að þau töluðu hvort upp í annað, hvort um sinn hlutinn, og ég varð að kinka kolli í báðar áttir. Smám saman varð mér meira og meira heitt. Þau mótmæltu sífellt því sem hitt sagði, einkum þegar rifjaðar voru upp sameiginlegar minningar, en hún átti alltaf síðasta orðið um allt, eins og hún ætti rétt á því. Mér leið eins og ég þyrfti að sætta þau með nærveru minni, brosa til þeirra beggja, samsinna þeim báðum, og leiða mjúklega talið að einhverju öðru þegar skarst í odda. Fyrir vikið fór ég að haga mér eins og trúður – fyrir vikið skildi ég hvers vegna Kjartan hagaði sér svona oft eins og trúður, hann hafði þurft að sætta foreldra sína svo oft, láta þau gleyma væringum sínum með því að benda þeim á eitthvað sniðugt og skemmtilegt í grenndinni. Núna þagði hann hins vegar eins og uppgefinn og ég þurfti að taka þetta á mig og fór að masa og bulla og allt í einu vissi ég ekki fyrri til en ég var farinn að þrefa við pabbann um herinn og Bandaríkin og Sjálfstæðisflokkinn, og það var eins og við værum einir í stofunni, þau hin drógu sig í hlé og við þráttuðum fram og aftur – og það var ekki fyrr en í miðri og flókinni útskýringu minni á raunverulegu eðli herstöðvarinnar að ég fann skyndilega að ég var á góðri leið með að eyðileggja kvöldstund fyrir þeim, ég fann allt í einu hvernig hin tvö voru á nálum í hlaðinni þögn. Ég horfði á Sigurð og sá hvernig glampi hafði skyndilega færst í augun og fann um leið fremur en vissi að ég hafði með framferði mínu eyðilagt fyrir hinum tveimur þá ímyndun að þau væru bara venjuleg fjölskylda að taka á móti vini sonarins og það þýddi ekki fyrir mig að draga í land, því kallinn varð að láta kné fylgja kviði, hann spurði mig hvort ég hefði nokkurn tímann séð Ólaf Thors og ég kvað nei við því og þá sagði hann: Jaaá, þýðingarmikill eins og sú staðreynd skýrði allt, en áður en hann sigldi af stað í útskýringu á því greip mamma Kjartans fram í: Jæja Siggi minn, við vitum nú allt um það, og sagði svo að strákarnir vildu kannski fá að vera út af fyrir sig og við fórum inn í herbergi og ég fann fremur en vissi að fyrir minn tilverknað hafði enn bæst við syndaregistur heimilisföðurins, og ég skynjaði hvernig hann hafði verið niðurlægður án þess þau gæfu því gaum, en samt . . . samt skynjaði ég ekki háskann í þessu húsi, fann hann hvergi lúra í skoti, mér tókst ekki að sjá skottuna, þótt ég ætti eftir að koma þarna oft.

Fíflið ég.

Félagsandinn

HANN AFI kenndi mér að lesa og skrifa og biðja bænirnar mínar fyrir svefninn; hann brýndi fyrir mér að varast bílana þegar ég færi yfir götu og að æðrast ekki þótt Gummi í næsta húsi væri á flottara hjóli; hann hjálpaði mér ef ég festi typpið í rennilásnum; hann sýndi mér knattleikni og spilaði fótbolta við okkur Palla og lagði fyrir okkur látlausar gátur þar sem svarið var alltaf eitthvert amboð sem maður hafði ekki einu sinni séð; hann stjórnaði barnaafmælum mínum eins og veislustjóri í sextugsafmæli og ofsauð pylsurnar; hann predikaði yfir mér um skaðsemi tóbaks og böl áfengis þegar ég var sex ára eins og neysla slíkra efna stæði til í Ísaksskóla; hann þreyttist ekki á að lýsa jólunum í sínu ungdæmi fyrir mér og öllum þeim börnum sem hann náði í; hann kenndi mér að dæma aldrei nema þá sem einhvers máttu sín; hann reyndi að kenna mér að hræðast ekki skuggana undir stólunum og borðunum; hann reyndi að telja mér trú um að engar óvættir sætu fyrir mér í myrkrinu – hann ól mig upp.

Þegar á leið og ég þurfti minna á honum að halda gætti hann þess alltaf að ég lærði heima og æfði mig, sat þá í stólnum sínum og hlustaði þegar ég var að skálma í gegnum píanóæfingarnar og hafði augun aftur, hallaði höfðinu, opnaði munninn og sló taktinn með annarri hendinni. Hann var alltaf jafn ánægður hvernig sem ég lék: Þú ert mikill tónameistari vinur minn, sagði hann gjarnan á eftir og strauk mér um hnakkann. Þótt hann héldi aldrei takti og ég þyrfti að varast að líta á hann til að truflast ekki hafði hann yndi af tónlist á sína vísu, var í karlakór og beljaði þar sinn fyrsta tenór á hverju sem gekk. Ég spilaði stundum undir hjá honum á kvöldin þegar við vorum tveir einir heima og veröldin var enn ekki farin að vitja mín að ráði; hann söng Í fjarlægð eftir Karl O. Runólfsson og Í dag er ég ríkur eftir Sigfús Halldórsson og allt eftir Sigvalda Kaldalóns – hann var klemmdur tenór sem átti að standa uppi á heiði í íslensku sumarnóttinni og syngja fyrir dalinn, fjöllin, lömbin og hana, hann var skagfirskur tenór að öllu leyti öðru en því að hann var ekki skagfirskur. Hann neitaði staðfastlega að kaupa sjónvarp og við spiluðum Rommí heldur á kvöldin eða sungum, væri hann ekki í fundastússi og ég með honum, eða hann las fyrir okkur Palla Íslendingasögurnar og Þorgils Gjallanda, eftir að ég komst til nægilegs vits til að frábiðja mér amboðagáturnar. Hann var ákaflega hrifinn af Hjaltabókunum sem hann las fyrir mig, til þess sennilega að innræta mér hversu lánsamur munaðarleysingi ég væri að eiga hann að.

Hann fór allra sinna ferða á reiðhjóli hvernig sem viðraði og var auðþekkjanlegur á spanjólunni sem einatt var á höfði hans. Hann hafði ekki látið áfengi koma inn fyrir sínar varir í fjölmörg ár; kvað allt illt standa af áfengisauðvaldinu og vélum þess. Hann borðaði hvorki kjöt né fisk, sagði það vera vegna magans og sóunarinnar í heiminum, það væri ekki forsvaranlegt; hann ætlaði sér að brjóta niður efnahagskerfi heimsins með þessu. Hann taldi líka að kjöt- og fiskát tryllti mennina. Hann hafði byrjað seint á þessu mataræði því með árunum varð hann æ sérlundaðri og hann var ekki slyngur að útbúa það, saknaði of mikið kjötsins og hylltist til að búa til eftirlíkingar kjötrétta, var með þrálátt sojabaunabuff og linsubaunabollur í matinn og sagði kjamsandi: Þetta er bara alveg eins og kjötbollur – mér sárnaði við hann í níu ára afmælinu mínu þegar hann gerði tilraun til að bjóða strákunum upp á einhvers konar hnetupylsur. Hann vildi hins vegar ekki snæða á Matstofu náttúrulækningamanna því honum hafði sinnast við fólkið þar út af hugmyndafræði, auk þess sem hann lagði alla tíð áherslu á að við borðuðum saman. Eftir því sem árunum fjölgaði við þennan kost varð hann æ guggnari að sjá og allt yfirbragð hans dofnaði því að smám saman hvarf rauði liturinn úr árunni eins og hjá öðrum sem aldrei neyta kjöts, og hún týrði svo dauft þegar ég var kominn til vits og ára að engir sáu hana nema þeir sem voru jafn hreinar sálir og hann. Það var ég ekki. Við hættum snemma að borða saman, við sátum saman til borðs en meðan hann braut niður efnahagskerfi heimsins úðaði ég í mig kjöti og fiski sem ég komst furðulega fljótt upp á lag með að elda.

***

Það voru ekki margir sem skildu hann. Andstaðan við her í landi var honum ástríða sem einangraði hann frá mörgum jafnöldrum sínum og samferðamönnum, en í Samtökum herstöðvaandstæðinga var þessi gamli barnakennari og lýðveldissinni alveg jafn einangraður. Hann var í andstöðu sinni við herinn fremur innblásinn af fornu Danahatri en andúð á Bandaríkjunum. Yngra liðið hló opinskátt og samstiga þegar hann stóð upp á fundum og gekk í pontu, hvatur í spori og hvíthærður með spanjóluna sína á hausnum og þykk gleraugu á nefi og svona gersamlega árulaus af grænmetisfæði og hélt tilfinningaþrungnar ræður með tillærðum norðlenskum framburði um trúnað við móðurjörðina. Tillögur hans voru alltaf sjálfkrafa felldar. Þeir stóðu alltaf á fætur þegar hann skálmaði í pontu, hinir nýju ungmennafélagaleiðtogar sem kenndu sig við ml, og hurfu í horn að plotta eða stóðu upp við súlur með kalt bros byltingarleiðtogans leikandi um varir og kamelstubb í lófa í skjóli fyrir ímynduðu roki að leika Arnald að leika Lenín. Þeir þurftu ekki að gefa krökkunum bendingu, meira að segja byrjendur í samtökunum vissu að ekkert sem þessi maður hefði fram að færa væri nokkurs virði, nokkurn tímann. Þetta var afi minn. Hann hafði einstakt lag á því í mótmælaaðgerðum að lenda í útistöðum við taugaveikluða lögregluþjóna, jafnvel svo að ýmsir þeir höfðu horn í síðu hans sem töldu sig píslarvættislegar vaxna en hann og höfðu sérhæft sig í að láta lögreglumenn lemja sig fyrir framan myndavélar; þetta var afi minn og fjölmargar myndir þurftu einmitt að birtast af honum í blöðum og jafnvel sjónvarpi þar sem hann var leiddur spriklandi á brott með fólskulegu hálstaki, þessi gamli og mjóslegni maður með spanjóluna á hausnum, æpandi: Frjálst land! Hann var mjög virkur í samtökunum eins og það hét. Enginn þoldi hann.

Það sama var uppi á teningnum í sóknarnefndarstarfinu og bindindishreyfingunni og ferðafélögunum sem hann stundaði af undraverðri þrákelkni, þessi sérlundaði félagshyggjumaður og einfari í stöðugu hópstarfi. Félagsandinn var honum æðst hugsjón og hann fór með niðurlag ritgerðar Jónasar um Hreppana á Íslandi á hverjum fundi þegar hann var orðinn einangraður með hugmyndir sínar, en um leið var félagsandinn honum fjarlægastur af öllu. Hann hafði ástríðu til málefna og endurbóta á mannfélaginu og var of ósveigjanlegur fyrir alla hina sem voru fremur mættir til að sigrast á einmanaleik og renna saman við aðrar sálir – í félagsanda.

***

Leiðarljósin skinu skært á götu hans. Allt sem gerðist gat hann fellt í réttar skorður í rammgerðu kerfi um orsakir hlutanna sem hann virtist ekki telja margar í heiminum og tengdi við hvatir mannanna. Hann trúði því að maðurinn væri ærður orðinn, geðbiluð skepna sem myndi einn góðan veðurdag tortíma jörðinni með hvötum sínum. Hann táraðist yfir blómunum og fuglunum og innrætti mér auðmýkt gagnvart því sem hann nefndi lífsaflið í flugu, laufblaði, putta. Hann var vammlaus. Þegar hann tók á gamals aldri að stunda hugleiðslu til að eyða því sem eftir væri af geggjun mannanna í huga sér hvarf endanlega það litla sem enn glórði í af áru hans. Það stóðst svo á endum að þegar hann var loksins kominn til fulls vits var hann orðinn ómálga og dó upp úr því. Þeir sögðu að hann hefði dáið úr magakrabba, en mér þótti alltaf sem hann hefði strokað sig út og ég trúi því að einhvers staðar á mótum vits og geggjunar hafi hann fundið líf sitt. En það skiptir ekki máli hvað mér þótti þegar þar var komið sögu vegna þess að þá var ég fyrir löngu búinn að svíkja hann fyrir fullt og allt.

★★★

Hann var ekki gæfumaður um þá hluti sem okkur þykja einhvers um verðir í lífinu og kepptist alla tíð við að afneita sjálfum sér, uppruna sínum, stétt sinni og stöðu og ætt. Hann hreifst af sveitamenningu og náttúrufegurð og óbrotnum lífsháttum sem fylgja bágum kjörum, en var alinn upp við ríkidæmi í sjávarplássi fyrst og Reykjavík seinna. Hann hataði Dani en hafði allar sínar hugmyndir frá Grundtvig. Hann fæddist upp úr aldamótum og var einkabarn, langafi minn var fiskverkandi og verslunarmaður og varð vel auðugur af því og langamma mín orti ljóð um að hún vildi fljúga og skrifaði sögur um fórnarskyldur kvenna; hún lagðist stundum upp í rúm og breiddi sængina upp fyrir haus – til þess að fljúga. Þau fóru þrjú til Reykjavíkur þegar það fullnægði ekki lengur föður hans að eiga heilt sjávarpláss og hann settist á þing fyrir Heimastjórnarmenn. Þau bjuggu í vesturbænum og héldu sig sem höfðingjar. Hann fór í Menntaskólann og að því búnu í guðfræði. Að loknu prófi missti hann köllunina, las heimspeki og orti ljóð í nokkur ár og endaði loks í barnakennslu. Hann sætti alls staðar ámæli fyrir að gerast liðhlaupi úr borgarastéttinni, hvort heldur hægri eða vinstri menn áttu í hlut, hann hafði yfirgefið hólf sitt og ráfaði eftir það um í tómarúmi.

Þetta gerist allt í hausnum á mér þegar Kjartan á í hlut og hans fólk en þegar kemur að afa sem ungum manni þá sé ég þetta ekki. Ég finn þetta ekki. En ég veit þetta: hann var á sínum tíma ungur maður eins og ég og hét Hrafn eins og ég og ætlaði að verða skáld eins og ég og varð það ekki fremur en ég. Hann orti sonnettur og gekk um með spjátrungslegan hatt á höfði og blóm í hnappagati. Hann drakk líka brennivín og iðkaði slímusetur í Unuhúsi með Þórbergi og Laxness og Hagalín. Hann talaði aldrei við mig um þessi ár og stundirnar í skáldahópnum og þeir minnast hvergi á hann og mig grunar að ef til vill hafi honum ekki tekist sem skyldi að hasla sér þar völl og þeir hafi ekki hlustað þegar hann tók til máls og því hafi honum legið kalt orð til þeirra. En hann kynntist stúlku úr Flóanum sem ég hlýt að kalla ömmu mína.

Hún þótti bæði fátæk og fávís og hann þótti taka niður fyrir sig þegar þau giftust, foreldrar hans lögðust gegn ráðahagnum. Hann bauð þeim ekki í brúðkaupið, en langamma mín leit samt til með heimilinu án þess að hann vissi af og laumaði mat í búið þegar mamma fæddist – ef til vill vissi hann af því en kaus að láta sem svo að hann sjálfur skaffaði. Hann kom heim til sín á kvöldin rétt eins og hann hefði verið að gera eitthvað um daginn annað en að húka á safninu og skrifa fánýtar greinar í blöð og tímarit um hvaðeina sem honum datt í hug að slettirekast í þá stundina; hann skipti sér af skarti og förðun kvenna, andmælti spíritisma, úthúðaði Dönum, túlkaði hausa, skýrði vísur Egils, lofsöng herta þorskhausa, stakk upp á nýjum reglum um glímuna og ráðlagði bændum um fóðurgjafir. Hann orti sonnettur um ömmu og þjóðina og Jónas – jafnvel allt í senn – og gaf út á bók við daufar undirtektir. Og þessi stúlka sem ég hlýt að kalla ömmu beið hans ein með barnið á daginn; og svo kom hann heim og gaf henni sonnettur. Hann unni henni afar heitt en tolldi lítið hjá henni. Ég hef séð mynd af henni.

***

Ég sé hárgreiðslu og kjól, ég sé skart. Ég sé tíðaranda, ég sé hönnun: já voru konur *svona* á þessum tíma? hugsa ég eins og um sé að ræða gamla tegund af lömpum eða traktorum. Ég heyri óm af surgandi hljómplötu. Ég finn mölkúlulykt. Þetta er amma mín. Þetta er ekki amma mín. Er svipur? Sama nefið – vanginn? Nei, ekki til. Þetta er ekki amma mín.

Þetta er amma mín. En ég sé hvergi sjálfan mig. Ég næ ekki sambandi, myndin er þögul og ég hef aldrei hitt þessa konu, aldrei séð hana hreyfa sig, heyrt hana tala, horft á hana vinna, aldrei fundið lykt hennar, eða snertingu, aldrei séð skyndilegt bros hennar, aldrei fundið skap hennar, ég hef ekki borðað mat sem hún hefur lagað handa mér, ég hef aldrei horft á hana hugsa.

Amma mín er svo ung. Hún er svo fríð. Hún hefur verið svo falleg, það get ég séð, og ég get reynt að gæða hana yndisþokka með því að ímynda mér hana haldandi á tebolla með annan litlaputta útí loftið. Ég get ímyndað mér hana að kasta höfðinu til og hlæja – ég get fléttað á henni hárið. En þá er þetta ekki lengur amma mín heldur safn af alþekktum einkennum sem vísast eru frá frægum leikkonum úr bíómyndum. Ég á enga ömmu.

Hún dó úr berklum árið 1930 þegar mamma var bara

þriggja ára. Skammæ útlegð afa úr borgarastéttinni var þar með á enda að sinni, hann flutti aftur heim til foreldra sinna, yfirgaf á ný lífið, hann sá ekki aðra konu og breytti háttum sínum; hætti að yrkja, hætti að drekka, hætti að skrifa greinar í tímarit og blöð, hætti að reyna að ganga í blind augun á Unuhússmönnum. Hann hætti. Hann lagðist upp í sitt rúm á neðri hæðinni og breiddi upp fyrir haus, meðan langamma reis úr sínu flugi til að annast barnabarn og skrifa nýjar sögur um fórnarskylduna. Hann lá í tvö ár. Þá reis hann úr rekkju magur og tekinn og staðráðinn í því að göfga allt í kringum sig. Hann gerðist barnakennari og þótti strangur, hafði þann sið að láta óþekktaranga rétta fram hendurnar á borðin sín og sló á puttana með reglustiku – það liðu mörg ár áður en hann sá á ný til sólar. Langamma og langafi tóku drenginn sinn og barnið hans að sér. Hjá þeim óx hún úr grasi og varð sólargeisli. Ég sé hana ekki fyrir mér. Ég hef séð ljósmyndir en þær breytast jafnóðum í Shirley Temple eða ámóta skríkjandi pífudýr. Ég er engu nær. Og ég hef séð ljósmyndir sem voru teknar seinna af henni og pabba þar sem þau eru prúðbúin og brosandi og ung, ég hef séð ótal myndir, ég hef skoðað fram og aftur alveg endalausar myndir sem smám saman eru að gulna með árunum og þetta er mamma mín og þetta er pabbi minn og þau voru einmitt þarna á þessu augnabliki, það get ég ekki dregið í efa, en kyrrstaðan er svo alkyrr, hreyfingin, brosið, hárið í vindinum, þetta er allt svo kyrrt, svo gersamlega frosið, fryst augnablikið er mér einungis áminning um þetta: allt fer. En þegar mér er strokið um hárið . . . þegar ég halla höfðinu í mjúkan stað og ég get alveg lokað augunum og alveg verið – man ég þá eitthvað? Man ég þá hendur? Nei.

Ég man ekki sumt – ég man ekki neitt.

***

En af hverju sé ég þá stundum fyrir mér trjágöng í sterku sólskini? Og hvítt klæði sem blaktir í golunni, í dimmgrænni sólinni í golunni, í göngunum? Og hár sem golan bærir? Af hverju þarf ég ekki nema að loka augunum til þess að vita að það eru mörg lauf á trjánum í göngunum, í dimmgrænum göngunum? Man ég hendur?

Ljósmyndirnar eru hægt og hægt að gulna. Þau brosa fryst og login á þeim. Og þau hljóta að hafa tekið mig upp og skoðað mig og kjassað mig og gengið um með mig og haldið mjög fast utan um mig þennan stutta tíma sem þau höfðu mig, vegna þess að þau höfðu beðið eftir mér í tíu ár; þau lifðu mestallt líf sitt án mín. Og þau voru á leiðinni til mín og afa frá Þingvöllum þegar þessi maður keyrði fyrir þau. Ég veit ekki hvort það er mér huggun, en þau fæddust, giftust, eignuðust mig eftir dúk og disk, og þegar hann ók svo skyndilega í veg fyrir þau þá hugsuðu þau bæði samtímis til mín. Veit ég það? Já.

Það er mamma mín.

Þessi kona sem ég sé halda um hárlokk í roki, standa upp við bíl, standa upp við foss, standa hjá manninum sínum í brúðarkjólnum, það er mamma mín.

Þessi kona með jarpa hárið og hreinu augun, þetta hreina bros, það er mamma mín.

Og þessi maður með allt þetta skegg – það er pabbi minn. Og það var hún sem dró Sigurð Sigurðsson á tálar þann 17. júní 1946 án þess að gefa því gaum og það var hann sem kenndi honum rafvirkjun til þess að horfa á eftir honum í hendurnar á svikahrappi. Var hann þeim sá sonur sem ég, hlandblautt ungabarnið, náði aldrei að verða þeim?

Og seiddi þá . . .

Í DAG SKEIN SÓL á sundin blá en núna er komið kvöld og hann er enn ekki kominn heim. Í gær kom hann ekki heim. Það er komið fram í janúar og hríðin hefur verið stanslaus allt þar til í gær, að snögglega lægði og sólin tók að skína, svo að öllum létti.

En hann kom ekki heim.

Hann er búinn að vera fullur síðan á gamlárskvöld sem er engum nýlunda og hefur ráfað út og inn um íbúðina með eilífan skrípahatt á höfði og slokknaðan vindil í munni. Hann er enn í sömu sparifötunum og enn í sömu nærbuxunum. Hann er eins og pottur frá hátíðunum sem á eftir að vaska upp, með úldnuðum sósuleifum, en öllum er sama.

Það er öllum sama. Þegar hann hratt síðast upp hurðinni og steig inn hvatlega leit enginn upp. Þegar hann urraði hrökk enginn við. Enginn talaði við hann, enginn minntist einu sinni á að hann væri kominn; enginn var hræddur. Enginn settist hjá honum. Var hann alveg áreiðanlega til? Konan sagði: Æ farðu, þegar hann ætlaði að setjast á rúmstokkinn með flöskuna og tala við hana um það sem hann varð að fá að tala um, varð að fá að segja henni frá, því skottan var þarna í horninu flírandi sem aldrei fyrr og drauga kveður maður helst niður með því að segja öðrum frá þeim, veita öðrum hlutdeild í þeim, kannski væri þannig hægt að koma þeim yfir á aðra. En hann var orðinn svo beygður og bljúgur að hann stóð bara upp og fór inn í stofu, skellti engri skáphurð, fleygði engum lampa, rumdi ekki, söng ekki einu sinni, sat bara þarna í fötunum sínum með skrípahattinn á höfðinu og kulnaðan vindil í munninum og var að halda upp á nýja árið, var ennþá að halda einhverja veislu sem ekki einu sinni hann langaði að vera í, sat bara einn og hríðin ólmaðist á glugganum. Og sat, hann sat bara þarna.

Það hefði verið svo margt. Til dæmis bílskúr við hliðina á húsinu og þar hefði hann haft tólin sín og þar hefði hann smíðað stóla og bekki fyrir garðinn þar sem þau hefðu svo setið á sumrin með marglita ávaxtasafa í háum glösum, tvö – fjögur fimm sex, fullt af krökkum – en tvö. Hann hefði þá sagt eitthvað við hana og hún hefði litið á hann og brosað svo hæglætislega og lagfært hárlokk bak við eyrað með vísifingrinum. Hún hefði ekkert þurft að svara honum; það hefði verið sól, það hefði verið alveg bjart. Alveg stillt. Alveg milt. Og kvöldin . . . þessi kvöld þegar hríðin ólmast á glugga og skotta skælir sig í skuggum hefðu þau legið tvö undir sæng. Þau hefðu verið að masa. Það hefði verið svo hlýtt. Og einu sinni . . . Hamingjan vitjaði hans einu sinni um nótt þegar hann lá við hlið hennar og horfði á tunglsgeislann á hærðum handlegg hennar og hún vitjaði hans aftur daginn eftir. Þá var lífið. Það hefði alltaf getað verið þannig. Það hefði verið líf en hefði það verið nokkur tilvera?

Og sat. Hvað er verið að gera? Bara verið að sitja? Bara svona aðeins verið svona að sitja? Og til hvers?

Bara.

Hann sat bara þarna með kulnaðan vindil í öðru munnvikinu, í jakkafötum sem stóðu honum á beini og með þennan óskaplega fyndna hatt á höfðinu. Íbúðin þeirra litla þagði öll. Húsgögnin, bækurnar, allt allt allt þagði. Var hann áreiðanlega til? Voru þau áreiðanlega þarna inni? RÚNA!!

Nei. R ú n a. Hann sat þarna lengi og starði í gaupnir sér kulnaður uns hann brölti allt í einu á fætur, tók af sér hattinn og fleygði honum með sveiflu langt inn eftir myrkum ganginum. R ú n a. Hann lötraði af stað, þessi fótur, næsti fótur, þessi fótur. R ú n a. Þegar hann kom að dyrunum sagði hann stundarhátt: Æjá og hratt upp hurðinni furðu mynduglega allt í einu eins og í því væri fólgin yfirlýsing og fór út frakkalaus. Á fimmta degi kom hann ekki heim. Á sjötta degi kom hann ekki heim. Í dag skein sól og hann kom ekki heim. Og sólin sökk strax aftur og hún sökk ekki einu sinni á bak við þessi fjöll sem við köllum Helgrindur og hann er ekki kominn heim. Hann er ekki kominn heim. Hann kemur ekkert heim. Hefur Reykjavík kveikt öll sín ljós loksins núna fyrir hann svo að hann megi líta dramb hennar og fall sitt? Eða hefur hún slökkt þau? Hún hefur kveikt þau og slökkt, kveikt þau og slökkt. Þegar hann er aftur kominn út í hríðina stendur hann um stund á götunni og svipast um og svo heldur hann af stað, gengur eins og allt sé á brattann, vingsar höndunum. Og hann

Via dolorosa

MIKIÐ DJÖFULL held ég að pabbi þinn hafi verið merkilegur maður og ég veit að pabbi sá alltaf eftir því að hætta hjá honum, hann leit upp til hans, hann gerði það, og hann hefur alltaf talað mjög vel um mömmu þína líka en hann myndi ekki fara að tala um þetta við þig . . . Hann spekúleraði vitlaust. Hann treysti hinum. Hann ansaði ekki pabba þínum, en hann pabbi þinn sko, hann var sko . . . hvernig segir maður, jöfurmenni, algjört jöfurmenni og ég held að þú sért svona líka, mér finnst það og við eigum að gera eitthvað saman, mér finnst það alveg algjörlega – einhvern tímann seinna, en núna vil ég fara eitthvað, þegar við verðum búnir með stúdentinn, bara við tveir. Helga vill fara að búa en við höfum hundrað ár til þess að fara að fíla eitthvað sófasett maður. Að fara að . . . æ ég veit það ekki maður, ég bara fíla það ekki, ég bara fíla ekki eitthvað svoleiðis líf þó ég elski hana og allt svoleiðis, ég vil það ekki strax skilurðu, en Helga hún er svo . . . æ ég veit það ekki, hvaða mynd er þetta sem við erum að fara á?

– Svona suðuramerísk baráttumynd um hvernig þeir fara með indjána þarna, það er alveg ferlegt. Hún heitir El condor eitthvað. Maður segir ekki jöfurmenni.

– Nú?

– Nei, það er ekki til – þú meinar snöfurmenni.

– Er það? Ókei, fínt, gott mál: Snöfurmenni. Hann var ofsalega merkilegur. Var hann ekki fyrsti rafvirkinn eða eitthvað?

– Nei. Og hann fann heldur ekki upp ljósaperuna. Hann var bara svona rafvirki.

– Nú? Ertu viss? Heyrðu froskur, hverjir koma á þessa mynd? Kemur Palli? Er þetta svona um indjána og landeigendur og allir í ponsjó að spila á panflautur ofsalega kúgaðir? Ertu ekkert að verða leiður á svoleiðis myndum?

– Ekki meðan þjáð alþýða allra landa er kúguð sem aldrei fyrr . . .

– Já, svoleiðis. Ætlarðu í þessa göngu þarna á morgun?

– Já auðvitað.

– Úff ég veit það ekki. Maður er náttúrlega á móti hernum og svona en þetta er eitthvað svo . . . æ ég veit það ekki. Finnst þér þetta ekkert fíflalegt? Þetta að vera að þramma svona fílíbomm-bomm-bomm og öskra svona slagorð og svoleiðis? Heyrðu jöfurmenni er víst til, ég hef heyrt þetta . . .

***

Ég sagði með þjósti nei auðvitað ekki, mér fyndist það ekki baun fíflalegt og mér fannst það ekki nema ef til vill sekúndubroti áður en ég herti upp hugann og hóf upp raustina í sameiginlegu kallinu – á meðan ég vissi af mér, skynjaði sjálfan mig sem sjálfan mig og sá mig hugsjónum arka þarna þá hvarflaði sem snöggvast að mér að sennilega væri ég á þessari stundu ofurlítið afkáralegur, en þegar við streymdum inn í byggðina og köllin glumdu milli húsanna, og ég ímyndaði mér að við værum þúsundir og gengum svona varnarlaus og valdalaus og tilgangslaus og máttlaus, öldungar og kornabörn og krakkar og listamenn, skólamenn og vitfirringar, fræðimenn, fábjánar, hvers kyns einkennilegt fólk sem átti það sameiginlegt að finna ómaklegt áhrifaleysi sitt í samfélaginu, og við hrópuðum öll einni röddu, þurrkuðum hvert og eitt sína sterku persónu út, vorum ein sál, einn vilji, krafa, vorum afl – þá fannst mér það næstum jafngilda tilgangi lífsins að vera hér í þessari göngu. Það var gott að láta hlæja að sér og hneykslast á sér. Það var gott að láta horfa á sig úr bílunum allt í kring, láta heimdellingana hrópa, börnin hía, húsmæðurnar herpa munninn og húsbændurna hræra í buxnavösum. Það var gaman að ímynda sér að þarna stæði sofandi Sóley sem gullið hefði svæft, þarna væri hjörðin sem léti reka sig hingað og þangað eftir því sem herrunum þóknaðist. Það var gott að ímynda sér að við værum þau sem vöknuðu, undanvillingarnir á allt annarri leið, við værum VIÐ og við vildum þetta og við gerðum þetta til þess að láta vilja okkar í ljós; við værum í farabroddi göngunnar, þrömmuðum á vit framtíðarinnar á undan öllum hinum.

Storkunin var ekki síst sú að ganga. Hvötin fólst í sjálfri margfaldri markleysunni. Að ganga langan veg þegar reglan í samfélaginu kvað á um að maður skyldi aka í bíl allra sinna ferða, þó ekki væri nema út í búð eftir smjöri. Og að ganga allan þennan langa veg til þess eins að láta vilja sinn í ljós þegar miklu einfaldara hefði verið að halda fund. Og að ganga allan þennan langa veg, gamalt fólk og lítil börn og fatlaðir, drykkfelldir, vitskertir og sérvitrir, til þess að leggja áherslu sína á kröfu sem aldrei myndi ná fram að ganga fyrir okkar tilverknað og allra síst með þessum hætti. Ég fann í samræmdu og taktföstu hrópinu fyrirheit um líkn; í hópnum fann ég athvarf; ég skynjaði Hreyfinguna eins og hún væri mjúk og stór, hlý, voldug. Hér átti ég heima, hér var mitt fólk. Það var gott að finna að mín augu væru augu hópsins, og rödd mín væri ekki rödd mín heldur okkar, að reiddur hnefinn væri ekki minn hnefi heldur alþjóðakrafa um tafarlaust réttlæti öllum til handa – félögum mínum í alls konar löndum út um allan heim. Því um leið og ég var að afsala mér sérleik minnar sálar var ég eins og margir aðrir í þessu hrópi altekinn af hugmynd sem reis innan úr mér eins og innan úr öllum hinum. Þetta var ekki hugmyndin um Ísland. Hraunið sem ég gekk fram hjá var hraun. Grjótdrýlin með mannlegum ásjónum sínum voru grjót. Engir álfar leyndust í gjótum. Engar vættir vöktu yfir. Íslendingasögurnar voru gamlar skáldsögur um yfirstéttarlið. Lýðveldið Ísland var bara samansafn af nýríku fótanuddtækjapakki. Ég var ekki að berjast fyrir frjálsum fjöllum og frjálsum dal og blessa sveitina, heldur voru það hrjáðir hermenn annarra fjalla sem vöktu hróp mín, napalmbrennd börn, grátandi gamalmenni, hugrakkir skæruliðar. Ég var í París og löggurnar biðu með táragasið. Ég var í Mexíkó og löggurnar biðu með byssurnar. Ég var nokkurn veginn á öllu stöðum í heiminum annars staðar en á Keflavíkurveginum. Ég trúði á náttúruafl í mannheimum sem hlyti að vera gott og farsælt í sjálfu sér. Við kölluðum það Alþýðuna og Hún var svo stór og voldug og máttug og ég var breyskur og lítill og hlaut að sveigja vilja minn undir vilja hennar, afsala hugsunum mínum til hennar svo að þetta brot af heiminum sem var ég nýttist þá til einhvers og í hrópinu móti hernum og Nató fann ég þessa sætu fórn, þessa skilmálalausu uppgjöf alls míns eðlis, alls þess sem ég var og gæti orðið: Gjörðu svo vel Alþýða, taktu mig og nýttu!

Það vantaði bara að við hefðum hnútasvipur sem við létum ríða á sjálfum okkur og háa krossa sem við héldum á lofti. Í staðinn voru fánar og merki alls kyns óréttlætis og kúgunar um allan heim – í staðinn fyrir hnútasvipurnar voru bakpokar.

Skammt frá mér lötraði Helga með nokkrum vinkonum sínum. Þær hrópuðu, allar í anorökkum með bakpoka. Ég brosti til hennar – hún brosti til mín. Kjartan var hvergi sjáanlegur. Afi var einhvers staðar aftarlega í göngunni með sína eigin göngu sjálfsagt, með sitt eigið slagorð – hann var einn af sárafáum sem voru þó hér í anda, og því utanveltu. Hins vegar hafði Palla hlotnast sú vegtylla að fá að hafa kalltæki og strunsa fram og aftur gönguna hrópandi í tækið svívirðingar um íslensku borgarastéttina og brýningar til alþýðunnar, með þessu móti hafði hann yfirumsjón með samræmingu hrópanna og sá um að sameina andana í sefjun, láta hvern og einn gleyma sér, láta fólkið gleyma því að það væri sárfætt að þramma eins og fífl eftir Keflavíkurveginum. Hann hafði verið svo virkur í starfinu fyrir gönguna að honum var treyst fyrir þessari vandasömu virðingarstöðu sem ungmennafélagaleiðtogarnir gegndu að öðru jöfnu og hann ljómaði allur; aldrei hafði hann fundið eins til sín og nú þegar hann stjórnaði afmáun sjálfsins í þessum skrautlega söfnuði.

Því þó að þarna væri ekki skeggjaða konan og einfætti línudansarinn hennar ásamt dvergunum sautján þá var þetta ekki heldur þverskurður þjóðarinnar. Það var ekki einungis afi sem var skrautlegur. Framsæknu menntaskólakennararnir á flauelsjökkunum virtust kannski tíðindalitlir og venjulegir í þessum hóp en þeir voru skrautlegir í fermingarveislunum og jólaboðunum í sínum fjölskyldum þegar þeir voru rifnir úr þessu samhengi og settir í það samhengi sem þeir komu úr. Og róttæku sjúkraliðarnir í mussunum voru stórvarasamir þegar þeir birtust í þessum lörfum í spítalapartíunum. Meira að segja hófsömustu háskólanemarnir úr sjávarþorpunum virtust hafa látið heillast í önnur björg þegar þeir komu aftur heim í stóru villurnar til mömmu og pabba og gömlu vinanna sem skildu ekki að nýja drif-á-öllum-undrið þeirra skyldi vekja svo óvænta andúð. Meira að segja lúðalegustu járniðnaðarmennirnir sem jöxluðu jórturleðrið hraðar en allir í þessari göngu og gerðu sér far um að vera sem hreinræktaðastir alþýðumenn innan um úlpuliðið – meira að segja þeir voru frík þegar þeir mættu til vinnu næsta mánudag og þurftu að svara pískri og flissi og glósum um göngustandið vegna þess að þó þeir væru úr alþýðustétt sjálfir þá höfðu þeir mengast af samneyti sínu við menntalýð og voru orðnir holdsveikir. Því að þetta var ganga allra þeirra holdsveiku í samfélaginu. Hér komu þeir valdalausu út úr skúmaskotum sínum og létu ófriðlega; liðleskjurnar sem ekki var hægt að nota í ærlega vinnu, kommarnir sem mátti ekki treysta í nefndirnar og ráðin, skáldin sem ekki mátti treysta fyrir ljóðforminu, fóstrurnar og kennararnir sem ekki mátti treysta fyrir uppeldinu og spítalaliðið sem ekki var treystandi fyrir mannslífunum. Allt þetta fólk hafði með þessum sáraeinfalda hætti – að ganga þennan spöl – sagt sig úr lögum við samfélagið, sagt: við erum ekki með í þessu lífi sem þið haldið að sé náttúrulögmál, við nennum ekki að keyra þessa bíla ykkar og taka þátt í þessum lífsgæðakapphlaupi ykkar og viljum ekki einu sinni sjá þessi fótanuddtæki ykkar.

VIÐ viljum ekki YKKAR.

***

Það sem ég skildi hins vegar ekki þegar við þrömmuðum inn í Reykjavík sigurglöð og hrópandi einni röddu var að þau sem stóðu álengdar á stéttunum eða sátu í bílunum sínum – Íslendingarnir sem aldrei hefðu látið sér til hugar koma að fara að æpa á götum úti eða gleyma sér yfirleitt á nokkurn annan hátt – þau sáu alls ekkert hina voluðu og holdsveiku, þau sáu ekki einu sinni gamla fólkið sem þó var þarna, að ganga fyrir Íslandi, þau sáu bara okkur, nokkra krakka. Og í þeirra augum vorum við innanbúðarfólkið, forréttindaæskan, en þau sjálf utangarðsfólkið sem hafði þrælað undir okkur og lagt allt í sölurnar fyrir okkur og verið vísað út af okkur. Við þessir málsvarar kúgaðrar alþýðu um heim allan vorum í þeirra augum dramblátu allsnægtastúdentarnir sem þökkuðu fyrir sig með ólátum. Við vorum menntalýðurinn í skrúðgöngu. Yfirstéttin tilvonandi að halda sýningu á sjálfri sér, valdi sínu – atgervi sínu.

Við vorum að látast vera Opinn múgur sem safnast saman fyrir tilviljun og nauðsyn og stækkar og stækkar vegna þess að allir sem verða varir við hann vilja vera með, vilja sækja inn að miðju hans, en við vorum í raun og veru Lokaður hópur, klíka; við vorum við og þekktumst meira að segja öll. Þau voru ekki velkomin.

Í augum þeirra sem stóðu álengdar og horfðu vorum við nákvæmlega sama fólkið og Sigurður Sigurðsson hafði horft hrifinn á þann 17. júní árið 1946 á afmæli Menntaskólans.

***

Myndin sem við sáum kvöldið áður í Kvikmyndaklúbbinum hét ekki El condor neitt, heldur var þetta þriggja klukkutíma mynd um einhverja stelpu á ferð um Bandaríkin en þó einkum öll þau vegaskilti sem á vegi hennar urðu. Það var mikil nautn að sitja undir svo gagngeru rusli og jaðraði við hugleiðsluástand eftir fyrsta hálftímann; ég hélt stöðugt vakandi með sjálfum mér hugsuninni um hvað afa myndi finnast um þetta hugkvæma hugmyndaleysi, og fann fró í því að tengja það við hann hversu lélegt mér þótti þetta og fáránlegt, mér fannst að þetta væri mín menning sem ég skildi, þetta væri inntaksleysið sjálft, yndislega óskammfeilið hæfileikaleysið að ulla framan í veröldina og á einhvern hátt skynjaði ég að það væri mín menning ekkert síður en Mozart og Beethoven sem ég hafði verið að spila. Mér fannst ég vera að festa mér hlutabréf í framtíðinni með því að halda þetta út.

Kjartan var farinn að aka sér eftir korter. Honum hafði ekki tekist að koma sér upp sama þoli og ég að sitja út allar mögulegar myndir án þess að bæra á sér, og vera jafnvel á svipinn eins og þetta segði manni eitthvað. Palli var hins vegar útfarinn í þeirri list að rykkja sér snöggt fram í sætinu og grípa um höfuðið í einbeitingu eins og hann hefði skyndilega orðið fyrir hugljómun. Þegar átjánda kókskiltið bar fyrir augun gerði hann það einmitt með þeim árangri að stelpan sem sat við hliðina á mér leit til hans í lotningu meðan hann hvessti augun á skiltið í nýrri vitrun um eðli neysluþjóðfélagsins. Þá var hins vegar Kjartani nóg boðið og hann hallaði sér að mér og hvíslaði stundarhátt: Við gætum til dæmis farið til Frakklands til að læra eitthvað þar, eða í einhverja verkamannavinnu bara og þvælst á puttanum, eða til Köben, hvernig litist þér á það?

Ég hvæsti: Uss.

Hann dæsti og horfði á nokkur skilti í viðbót þegjandi, hann var mjög þegjandi, hann var mest þegjandi maðurinn í salnum og hann þagði svo mikið að allir voru farnir að horfa á hann. Svo hallaði hann sér aftur að mér og hirti ekki lengur um að hvísla: Eða Ameríku, við gætum líka farið þangað. Aðalatriðið er að drífa sig eitthvað maður, ertu að horfa á þetta?

– Uss. Já.

– Þú lýgur því. Komum.

– Hvert?

– Bara eitthvað. Þessi mynd er foráttuvond. Alveg úrhellisvitlaus. Hún er, hvernig var nú frasinn sem þú sagðir mér hjá Laxness: voldug tröllaukin tunna af lofti . . .

– Ókei ókei jöfurmenni, komum þá. Ætlar þú að horfa á þetta Palli?

– Uss. Þetta er svona road movie.

Við löbbuðum tveir út í kvöldið sem var blátt og svalt. Kjartan var í kvöldaksturshamnum sínum, keyrði eins og kall með hatt, fór löturhægt meðan hann var að hugsa, hirti ekki um þeyttar flautur fyrir aftan sig – gerði sér far um að ná rauðu ljósi, fór enga leið, ég vissi ekki hvort hann var á leiðinni upp í Breiðholt eða út á Seltjarnarnes. Róni Reykjavíkur stóð á Hverfisgötunni og beið rólegur eftir eldi í sígarettuna sína. Skammt frá honum stóð ungur maður á gallajakka og horfði inn um myrkan glugga. Á Hlemmi horfðu gömlu konurnar líka inn um gluggana, inn í skýlið – utangarðsmennirnir höfðu flæmt þær út. Kjartan fór Snorrabrautina upp á Miklubraut, síðan vestur. Ég kveikti á útvarpinu. Ég slökkti á því. Miðstöðin suðaði. Rúðuþurrkurnar runnu mjúklega yfir rúðuna á tíu sekúndna fresti. Bíllinn rann. Kjartan hlaut að vera óvenju hugsi þetta kvöld því hann hugsaði alltaf með bílnum. Maður fann alltaf á aksturslaginu hjá honum í hvernig skapi hann var. Stundum þegar hann var í góðu skapi kom hann til manns og fékk mann í bíltúr og vildi bara ólmast á bílnum og fíflast. Fara í spyrnu. Fara í torfærur. Hann talaði oft um bíla við mig og hélt því áfram þó ég segði honum að það þýddi ekkert, ég hefði hvorki vit né áhuga og gat ekkert gert nema samsinnt spekálunum. Hann var líka alltaf á nýjum og nýjum bílum, hann var farinn að kaupa þá, gera upp og selja; braska. En það var gaman að aka hratt með honum.

Við fórum vestur Ægissíðu á þjóðhöfðingjahraða. Hann sagðist stundum horfa á hana þegar hún væri sofnuð og þá fyndist honum að það eina sem skipti raunverulega máli væri að vera góður við hana, hann sagðist finna eitthvað sem hann gæti kallað hamingju. Hann rifjaði upp þegar hann fór í heimsókn til hennar í fyrsta sinn og mamma hennar bauð þeim sérrí og það tók hann allt kvöldið að sannfæra Helgu um að sér fyndist mjög skemmtilegt að fá sérrí. Hann spurði mig hvað það hefði verið sem ég hefði tekið eftir fyrst við hana og þegar ég svaraði tregur að það hefði verið röddin var eins og hann hugsaði sig dálítið um og svo sagði hann bara já, eins og þetta væri sennilega alveg rétt hjá mér. Hann sagði að mamma sín hefði orðið svo hrifin af Helgu og væri alltaf að spyrja um hana þegar langt væri síðan hún hefði sést á heimilinu; hún væri eins og dóttir. Eins og systir.

– Hún er systir mín, sagði hann. En hún er líka . . . ég man . . . hún er bara svo sæt líka. Hefurðu tekið eftir því hvað hún er með flottan rass? Hefurðu ekki tekið eftir því hvað hún er mikill kroppur. Hún bara klæðir sig einhvern veginn þannig að maður þarf virkilega að pæla í henni til að sjá það.

– Umhum . . . ég hef nú aldrei . . .

– Alveg stykki sem stingandi er í – hefurðu heyrt það? Góður frasi, stykki . . .

– Algjör krás.

– Hahaha! Algjör krás! Já þá er meint . . . hahaha . . . já einmitt hún er sko algjör krás, til dæmis brjóstin, þau sjást aldrei þegar hún er í þessum mussum en þau eru rosalega falleg. Það er æðislega gott að sofa hjá henni maður, hún er svo – hún er svo . . . hún leynir á sér sko, hún er svo blíð. Og einhvern veginn örugg, en alveg til í að prófa allt. Og svo bara sleppir hún sér alveg sko. Algjör krás sem . . .

– Uhmm.

– Hei hvenær ætlar þú að ná þér í dömu?

– Næsta þriðjudag klukkan fimm.

– Ha? Já! Haha. Það þýðir ekkert að tala við þig maður, þú snýrð bara út úr öllu.

– Af hverju viltu endilega fara til útlanda?

– Bara.

***

Bara . . .

Allt í einu var eins og aldamótakynslóðin hefði ekkert verið til, hvað þá sú sem á eftir henni kom. Allt í einu virtist allt vanta, sviðin jörð, villigötur í hundrað ár. Og þarna komum við ringluð og svefndrukkin út úr hóglífi menntaskólans og íslenska þjóðin beið við hliðið áfjáð með pennann tilbúinn á ávísanaheftinu, beið eftir því að við kæmumst að niðurstöðu: elsku barn, hvað á það að vera? Skiptir engu hvað það kostar, bara að þú viljir það . . . Þetta var eins og að velja sér jólagjöf þegar við vorum að reyna að ákveða hvað við ætluðum að taka okkur fyrir hendur í lífinu. Hvaða pakki var girnilegastur? Átti maður að verða auglýsingafrömuður eða tannréttingamaður, lýtalæknir, líffræðingur, arkitekt, skúlptúristi, verkfræðingur, bókasafnsfræðingur? Dansari? Það var meira að segja hægt að byggja upp prýðilegan feril á því að gerast droppát. Viltu læra söng, það er ennþá nokkur vöntun á tenórum og altröddum og enn er svolítið eftir af plássi fyrir lögfræðinga. Má bjóða þér að takast á hendur fiskeldi, það er framtíðin – langar þig að vera forstjóri?

Heilmargt sem hægt var að strika út strax, einkum það sem foreldrar manns fengust við að gera, slíkt var endurtekning. Og allt sem tengdist því sem var raunverulega framleitt í landinu, engin framtíð í því. Við komum þarna bröltandi út úr hóglífi menntaskólans og horfðum á hillingarnar, hallir risu fyrir augum manns og maður þurfti bara að velja sér eina og ríkja þar það sem eftir væri ævinnar, bara að ganga þennan veg í áttina til hennar, þennan rudda veg sem Jón Sigurðsson og allir hinir höfðu búið til handa manni. Þær bylgjuðust fyrir augum manns þessar fallega lögðu brautir sem maður þurfti bara að ganga, þær voru skreyttar blómum og trjám og á þeim öllum valhoppandi stúdentarnir í sólinni og þær lágu allar upp að þessum höllum framtíðarlandsins og ein var merkt: forstjóri, önnur: listamaður, þriðja: fræðingur. Bara að velja sér eina og ganga af stað. Og við gengum af stað. Í nokkur ár gekk maður og gekk – nei annars ég held ég prófi frekar þessa þarna höll, mér líst annars betur á hana; í nokkur ár ráfaði maður þarna á milli og svo bara hætti maður þessu rangli og taldi sér trú um að maður hefði endað í einni.

Klirr klirr.

***

Á Miklubrautinni jók hann smám saman ferðina í austur. Hann hélt áfram að tala um Helgu, hvað hún væri óörugg með sig, hvað hún ætti erfitt með að ákveða sig. Ég þagði. Hann sagði að hún ætlaði að fara í læknisfræði. Ég sagði: Gott hjá henni. Hann sagði: Já, hún verður örugglega frábær læknir, hún er svo blíð og góð . . . og klár. Hún er helvíti klár. Ég sagði: Já.

Við fórum Ártúnsbrekkuna. Ég spurði: Hvert erum við að fara? Bara eitthvað, sagði hann. Við þögðum, miðstöðin suðaði, þurrkurnar fóru með mjúkum hvini yfir rúðuna, bláminn var horfinn úti, allt var svart.

– Hún er ólétt.

– Ha?

– Hún er ólétt. Það er auðvitað . . . Ég er auðvitað . . . Hún verður örugglega frábær móðir og ég æðislegur pabbi, hvernig ætli það sé að vera pabbi? Gaman að prófa það. Ha? Pabbi maður. En vá . . . ég get það ekki alveg strax, ég vil ekki vera hérna næsta vetur. Ég get það ekki, ég vil fara með þér út. Ertu til í að koma með mér eitthvað út? Í alvöru.

– Ég veit það ekki. Já já. Gera hvað?

– Við sláum í gegn í útlöndum. Það er ekkert nema einhverjir útlendingar þar.

– Er það?

– Við erum búin að gera samning við Helga sko. Hún eignast barnið og verður áfram heima hjá sér, og ég fer út í eitt ár og . . .

– Ætlarðu ekki að vera heima þegar barnið kemur?

– . . . og sé til og svo kem ég heim . . . ég kem heim maður og við förum að búa saman. Við treystum hvort öðru. Við erum svo ung. Svo fer ég í verkfræði maður, ég er búinn að ákveða það. Veistu það að mig langar að gera eitthvað stórkostlegt og ég ætla að gera það hérna heima, ég vil ekki verða eins og pabbi og koðna niður í einhverju smáharki, hann hugsaði of smátt alveg frá byrjun. Það er svo hætt við því að maður koðni alveg niður hérna. Það vantar einhvern stórhug í okkur – flest. Einhverja sýn . . .

– Hefur þú einhverja sýn?

– Nja, þú veist, grípa tækifærið, sjá út sénsana sem eru þarna, búa eitthvað til, skapa eitthvað. Og til þess þarf maður að fylgjast með, vita hvað þeir eru að pæla í útlandinu, skilurðu. Þess vegna verð ég að fara. Til þess að þroska mig. Til þess að verða betri eiginmaður og faðir. Pabbi var svo mikið barn. Hann lét hinn gæjann alltaf sjá um öll peningamálin og var bara að vinna eins og skepna alltaf, hann hugsaði aldrei um neitt annað en að vinna og vinna, vinna sem mest. Það kom auðvitað ekkert út úr því. Fyrir hann sjálfan alltso. Ha? Skilurðu.

– Kjartan, hvað er það sem þú vilt?

– Ég vil ekki að mér mistakist.

– Mistakist hvað?

– Bara mistakist. Ég vil . . .

– Ertu að meina að þú ætlir að verða svindlari eins og Sigþór?

– Nei bjánaskott. Ég ætla bara ekki að treysta á neinn annan.

– Fínt. Meinarðu ekki bjánaprik annars?

– Nei, ég meina jöfurmenni. Ég ætla að verða stórkostlegt jöfurmenni.

– Jahá.

– Og þú verður jöfurskáld.

– Jahá.

Jahá. Við vorum jöfrar við Kjartan þar sem við brunuðum í blárri nóttinni og þegar við vorum loksins komnir upp í Rauðhóla fór hann að leika sér og ég að hvía. Það var fínt þangað til hann velti bílnum.

Ég fíla svo þetta Ísland

ENGAN SAKAÐI. Ekki einu sinni bílinn. Við keyrðum aftur í bæinn og tveimur vikum seinna fórum við vestur á firði í agnarlítið þorp undir reginfjöllum til þess að safna peningum fyrir Danmerkurferðinni. Palli fór viku áður. Við vorum þar í fjórar vikur og rákumst naumast á innfæddan allan tímann; þorpsbúar virtust allir vera horfnir, og til þess að bjarga verðmætunum höfðu farið fram stórfelldir flutningar á vinnuafli frá Ástralíu og Hallærisplaninu. Ég sá aldrei svo mikið sem gardínu hreyfast í þessum risastóru húsum, ég sá aldrei lífsmark. Voru allir fluttir burt? Voru allir kannski á sólarströnd? Bjó þarna eintómt huldufólk?

Sjálfur hafði ég einu sinni verið í partíi með krökkum sem voru nokkurs konar farandverkamenn og vissu þess vegna allt um frystihúsalífið og töluðu allt kvöldið um slagsmál, vinnubrjálæði, hassreykingar og tilsvör. Mér fannst ég fyrir vikið vera gamall verbúðarefur í samanburði við Palla og var óspar á ráðleggingar til hans um hvernig maður ætti að umgangast farandverkafólk og innfædda, áður en hann lagði í hann, viku á undan okkur hinum. Mér fannst ég bera ábyrgð á honum, við höfðum alltaf þekkst, hann hafði alltaf verið til og án þess ég hugsaði út í það þá hittumst við á hverjum degi þegar báðir voru í bænum; hann var svo lítill og krullhærður og ég vissi að á verbúð gat maður verið laminn fyrir minni sakir. Ég útskýrði fyrir honum hvernig hann ætti að halda á stingnum og hann mætti aldrei stinga í sjálfan fiskinn og brýndi fyrir honum að sýna sérstakt vinnukapp í útskipunum – djöflast bara nógu mikið, annars verðurðu laminn – og ekki voru síður lagðar lífsreglurnar um mannleg samskipti. Ég tók honum sérstakan vara fyrir því að sýna minnsta vott af menntahroka. Þegar hann væri spurður að einhverju skyldi hann svara: Bara . . . Og umfram allt skyldi hann fara með það eins og mannsmorð að hann væri nýútskrifaður stúdent því ef það kæmist upp myndi hann ekki eiga sjö dagana sæla, verandi úr skólunum fyrir sunnan. Ég bað hann lengstra orða að tala ekki um skáldskap eða pólitík við neinn, fara ekki um í Álafossúlpunni sinni því ella myndi hann liggja undir grun um menntaskælsku og eiturlyfjafíkn. Hann skyldi láta almennt fara lítið fyrir sér og undirbúa förina vestur með því að kynna sér helstu árgerðir og tegundir bíla og allt sem hann kæmist yfir um hljómflutningsgræjur svo hann gæti þá muldrað með þegar lyft væri glasi að vinnuviku lokinni.

***

Vinur minn Palli. Hann bjó í næsta húsi við okkur afa alveg frá upphafi. Við vorum jafn gamlir en mér fannst hann alltaf vera yngri en ég vegna þess að hann var nokkrum sentimetrum lægri. Pabbi hans var verkfræðingur og mamman húsmóðir sem gaf okkur að drekka og fylgdist með okkur frá því við vorum í pollunum og þar til við fórum að reykja njóla – þá taldi hún óhætt að fara að vinna á skrifstofunni hjá eiginmanninum. Palli var venjulegt fólk. Hann var kameljón, hann var alltaf utan við sig eins og hann væri sífellt að hugsa um hver hann væri eiginlega í stað þess að einbeita sér að því verkefni sem fyrir lá. Eitt árið vissi hann allt um ensku knattspyrnuna, næsta árið ekki neitt en var hins vegar orðinn sérfræðingur í flugmálum og smíðaði módel föður sínum til óblandinnar ánægju. Stundum var hann innipúki, stundum útivera. Hann var kameljón að öllu öðru leyti en því að hann var alltaf með þetta ljósa og krullótta hár, veikbyggða líkama, fíngerða andlit. Það var bjart yfir honum, hann hafði góða lund, en það örlaði á smámunasemi í fari hans. Hann var barn sem passaði vel upp á dótið sitt, setti það alltaf inn í skáp þegar við vorum búnir að leika okkur að því; mig grunaði stundum að hann bónaði tindátana sína á kvöldin, að minnsta kosti var hann duglegur að bera á boltann sinn. Hann var þannig náungi hann Palli. Og hann hafði gaman af því að stimpast. Honum fannst fyndið að kitla. Við spiluðum fótbolta saman, fórum í spretthlaup, fórum í Vatnaskóg, bjuggum til karamellur í eldhúsinu okkar afa, gistum í tjaldi úti í garði. Við þögðum saman. Við teiknuðum saman myndir og sömdum jafnóðum sögur af skrípunum sem urðu til á blaðinu. Við létum okkur dreyma saman. Við vorum alltaf saman og við vorum of nánir til að vera fóstbræður. Ég veit ekki hvor réði ferðinni, en við vorum alltaf samstiga í öllu.

En þarna fyrir vestan fór eitthvað að gliðna á milli okkar. Og það var ekki bara að það færi í taugarnar á honum að ég skyldi ekki sýknt og heilagt vera að ganga frá þessum örfáu sokkum og nærbuxum sem söfnuðust stundum fyrir á stólnum mínum, heldur var þarna á ferðinni undarleg uppreisn, síðbúið andóf við því að ég hefði meira vit á tilteknum málum bara vegna þess að ég væri þessum sentimetrum stærri. Hann vildi ekki lengur vera sá minni.

Vinur minn Palli, kameljónið Palli, meistari dulargervanna. Enn hafði hann tekið hamskiptum. Ég uppgötvaði mér til skelfingar að hann hafði ekki einungis látið ráðleggingar mínar um framkomu sem vind um eyru þjóta heldur hafði hann beinlínis breyst í öfgafullan menntskæling. Hann hirti í engu um álit allra hinna á verbúðinni, þessara manna sem skynjuðu sjálfa sig í vitneskju um knastása og bendixa í bílum og hétu dálítið ískyggilegum nöfnum eins og Dúddi og Daggi og Dolli og Beggi maður. Hann gekkst beinlínis upp í þessu gervi, hann sem aldrei hafði sýnt teljandi áhuga á bókmenntum og listum. Á náttborðinu í herbergiskytrunni okkar hafði hann stillt upp bókinni Kvæðasafn og greinar eftir Stein Steinarr. Hann var líka allt í einu tekinn upp á því að yrkja, á skrifborðinu var blaðadreif þéttskrifuð torskildum ljóðum um angist og einsemd og vegferð nútímamannsins, ásamt ádeiluljóðum á þá sem einungis hugsa um bíla og stelpur – og þegar Dúddarnir og Daggarnir komu í heimsókn til að heimta sígarettur eða bara til að urra var engu líkara en að hann vildi ota þessum samsetningi að þeim.

Hvar var verkalýðshetjan upprennandi? Hvar var slagorðafrömuður Keflavíkurgöngunnar? Hvar var verkfræðingssonurinn og módelasmiðurinn sem hefði átt svo hægt með að spjalla um bíla? Dáinn horfinn harmafregn. Eftir vinnu leið hann um aðalgötuna með hrukkur í enni og viprur í munnvikum, búinn að koma sér upp þessum sérstaka þjáningarsvip mannsins sem er alltaf einn á vegferð innan hornréttrar keilu hins dulráða sands; hann lét sér ekki nægja álafossúlpuna sem jafngilti á þessum stað blikkandi merki um stórfellda hassnautn, heldur var hann aftur búinn að setja upp alpahúfuna sína, þetta frumtákn listaspjátrungsins í skopteikningum blaðanna. Í vinnunni var hann sí og æ að dusta af sér minnstu ögn af hreistri sem á hann kom en þó þótti vinnufélögum hans tiktúrurnar keyra um þverbak þegar í uppskipun var komið og hann beygði sig settlega í hnjánum eftir kössunum og pokunum samkvæmt einhverjum vísindum einhverra fræðinganna um að það færi illa með bakið að rótast þetta hálfboginn og virtist ekki liggja hið minnsta á þótt allir vissu að þjóðarheill lægi við að djöfla þessu oní lestina eða upp úr henni á nótæm. Ég reyndi hvað ég gat að látast vera óbreyttur alþýðumaður og lét liggja að því að þetta viðundur með mér væri eiginlega hálfgerður frændi minn; við gengum saman um göturnar inn í einhverjar sjoppur og út úr þeim aftur, hann með óræða dul í hverjum drætti og hverfula spurn í augum – ég meira kjagandi um þungbrýnn og luralegur og slorugur og alþýðlegur, en þegar upp á herbergi var komið breyttist ásýnd okkar þegar ég settist niður við drög mín að áhrifamikilli þorpssögu og ævarandi níðstöng kapítalískra framleiðsluhátta en Palli fór að ganga þusandi frá sokkunum mínum. Kjartan tók ekki þátt í þessu. Hann vann og borðaði og svaf. Hann sagði aldrei neitt. Hann var ekki þarna, hann hafði slökkt svo rækilega á sér að ég tók ekki eftir honum.

***

Kvöldið áður en við Kjartan fórum vestur var landsleikurinn við Dani. Þetta var stór stund því að Óli bróðir hans hafði verið valinn í markið og Kjartan var stoltur af honum. Þeir höfðu ekki alltaf verið miklir vinir; hurðum hafði stundum verið skellt, þeir höfðu stundum slegist og stundum hafði Kjartani sárnað hversu ónæmur Óli virtist fyrir drykkju föðurins, allt að því áhugalaus. Þeir höfðu ekki mörg sameiginleg áhugamál, vegna þess að hvor um sig hafði fyrst og fremst áhuga á sjálfum sér, og Kjartani þótti eldri bróðir sinn stundum hégómlegur og upptekinn af eigin útliti og eigin frama í fótboltanum sem hann lifði algjörlega fyrir: hann hélt því fram við mig að hann hefði einu sinni komið að bróður sínum þar sem hann var að klippa á sér nefhárin . . . En núna var hann að uppskera og Kjartan var í raun og veru stoltur og búinn að gleyma öllum væringum. Þetta var stór stund í lífi fjölskyldunnar og hann var fulltrúi hennar. Við splæstum á okkur miða í miðri stúkunni og höfðum útbúið spjald sem við höfðum hátt á lofti í kaldri vorsólinni: ÁFRAM ÓLI! Ekkert jafnast á við stemmninguna í upphafi landsleiks, sérstaklega þegar um er að ræða landsleik við Dani vegna þess að við verðum að réttlæta að sjálfstæðið 44 hafi verið verðskuldað. Og allir verða svo íslenskir, hvernig við stöndum með hendur í vösum og horfum ánalega í kringum okkur, hundingshátturinn, hvað við verðum kollhúfulegir undir þjóðsöngnum sem fjallar um gjörvallt sólkerfið og er ekki sönglag heldur rapsódía, hvernig við skömmumst okkar og verðum hrærðir í senn – eins og okkur sé ekki sama, við breytumst í menn úr sjávarþorpi; við breytumst í íslenska karlmenn.

Það var dálítið kalt en enginn fann til þess. Við vorum ein sál. Við vorum múgur: við vorum strákarnir. Allir sameinaðir, allir orðnir að litlum strákum, íslenskir karlmenn. Áfram Ísland. Áfram Óli. Óliver! Óliver! kyrjuðum við strax og þjóðsöngurinn var búinn og fyrirliðarnir höfðu skipst á fánum og kastað upp krónunni. Þeir rauðu gegn þeim bláu. Heimurinn gegn okkur – en við höfum tímanna safn með okkur, allt er svo afstætt, stórt, smátt, allt er jafnt fyrir Guði vors lands og kannski vinnum við núna. Þetta skal ekki verða auðvelt í þetta sinn, ekkert fjórtántvö núna, áfram Óli, Óliver, Óli ver . . . ÓLI VARÐI! Strax á fyrstu mínútunni náðu Danirnir hörkusókn sem endaði með skoti frá vítateig sem stefndi beint á samskeytin vinstra megin. Óli flaug. Fyrirvaralaust sveif hann af stað og greip boltann og um stund var sem hann staðnæmdist láréttur í loftinu – og þetta var hans augnablik í lífinu, hans þúsund ár í augnablikinu, staddur þarna láréttur í loftinu með hendurnar á boltanum búinn að fljúga, þarna lifði hann og öll hans ár fram að þessu og eftir þetta voru einskær tilvera – svo féll hann til jarðar, með boltann. Ólýsanleg fagnaðarlæti. Við Kjartan hrópuðum: ÓLI! ÓLI! – og herskarar Íslendinga hnýttu honum Óla krans úr hrópum. Íslendingur sem fengi Nóbelsverðlaun í læknisfræði myndi ekki verða jafn ástsæll með þjóðinni og Óli var á þessari stundu, ekki heldur sá sem kynni ráð við vaffaskrúfunni, vísitölu, verðbólgu og vaxta; að verja hörkuskot gegn Dönum er þakklátasta verk sem til er á Íslandi. Það var eins og hann yrði hálf hissa, væri hálf ringlaður, hefði enn ekki áttað sig. Hann hélt á boltanum, faðmaði hann, það var eins og hann vildi ekki sleppa honum, aldrei framar. Hann var með sólina í augunum og enn ekki búinn að setja upp markmannshúfuna, og það var eins og hann ætlaði að lengja augnablikið sem hann héldi á boltanum til þess að mynda þau tengsl við hann sem ekki myndu rofna í þessum leik. Hann hélt enn á boltanum. Svo teygði hann sig allt í einu eftir húfunni sem lá inni í markinu og um leið lyfti línuvörðurinn fánanum og dómarinn blés í flautuna. Boltinn hafði farið örlítið inn fyrir línuna.

Hann hafði fengið á sig mark.

Hann trylltist. Hann hljóp fram á völlinn beint að dómaranum og baðaði út öngunum. Þrátt fyrir hávaðann heyrðist í honum upp í stúku. Hann hrifsaði í skyrtuna á dómaranum sem teygði sig í brjóstvasann.

Hann var rekinn út af.

Hann var búinn að vera eina mínútu inná í fyrsta landsleiknum sínum sem var við sjálfa Dani og það var ekki aðeins að hann hefði fengið á sig mark heldur hafði hann gert það sjálfur og það var ekki aðeins að hann – markmaðurinn – hefði gert sjálfsmark heldur hafði hann látið reka sig út af. Eftir eina mínútu. Hans beið sú upphefð að vera heimsfrægur í einn dag, atviksins var getið hér og þar um allan heim og hérna heima mátti hann aldrei keppa án þess að heyra sönglið í áhangendum hins liðsins: Óli! Hvar er húfan þín?

Á leiðinni heim sagði Kjartan ekki neitt. Hann sagði ekki neitt í næstum því þrjár vikur.

***

Þeir komu stundum inn til okkar á nóttunni, Daggi og Dolli og hinir, sérstaklega á helgum. Það var eins og þeim dytti aldrei í hug að banka eða einfaldlega snúa snerlinum. Þeir þurftu alltaf að sparka upp hurðinni, sennilega vegna þess að þeir voru með sínu móti líka að leika sín hlutverk: svolana og örlagatöffarana. Þeir kröfðust þess heiftúðugir að fá sjúss og ekkert röfl og þegar við áttum slíkt ekki til urðu þeir dolfallnir og létu sig falla á rúmstokkinn hjá öðrum hvorum okkar Palla – aldrei hjá Kjartani sem svaf, eða lét sem hann svæfi. Þá gerðist það stundum að Palli gleymdi að vera menntamaður og skáld og ég gleymdi að vera Martin Andersen Nexø og þeir gleymdu að vera hættulegar útgáfur á kátirvorukallar, og við urðum bara að svolítið einmana strákum. Allir að sunnan og allir á svipuðum aldri – allir hálfærðir af því að vera afkvæmi þessa unga og tryllta gullgrafarasamfélags. Við gátum sagt: Hvernig finnst þér þessi hljómsveit? – og svarað: mér finnst hún rosalega svona þung. Við gátum meira að segja sagt: Það er stelpa fyrir sunnan sem ég ætla að fara að búa með. Við vorum ekki héðan. Það var gjá á milli okkar en við vorum ekki héðan.

Við vorum kynslóð.

Þeir skiptu sér ekki af Kjartani, virtust vita að hann væri ekki með í þessu leikriti. Hins vegar fóru þeir fljótlega að kalla Palla spekinginn. Það skrýtna var að þeim virtist þykja hann miklu merkilegri en ég, sem gat þó umlað eitthvað um ford módelið 61, þeir virtust jafnvel hafa einhvers konar mætur á honum. Rétt eins og smiðirnir sem við höfðum verið að vinna fyrir sumarið áður þá sóttust þeir eftir því að spjalla um alls konar dýpri rök tilverunnar – voru guðirnir geimfarar? hafiði heyrt um Stapadrauginn? sálfarir, endurholdganir, álfa – og sennilega þótti þeim Palli líklegri til að veita þeim svör við ýmsum ráðgátum af því tagi. Þeir sátu þarna hjá honum – eða mér – á rúmstokknum og ræddu þetta fram og aftur en gáfu sig lítt að hinum vinalega, þögla, trausta og lífsreynda manni hinum megin í herberginu sem gat sett upp sannfærandi skilningsstút á varirnar yfir nýjustu línunni í græjum. Þeir sáu í gegnum mig. Þeir sáu líka í gegnum hann, en hans gervi var einfaldlega miklu skemmtilegra en mitt, miklu kostulegra. Hann var Sölvi Helgason, hann var listloddarinn sem varhugavert var að styggja. Hann féll alveg saman við hugmyndir þeirra um listamanninn, vegna þess að hann vissi ámóta lítið um listir og þeir. Hann var algjört fífl að þeirra mati en um leið hlyti hann að vera fjölkunnugur. Það skipti engu máli hversu sannferðugt gervið var. Við vissum allir að við vorum bara svona strákar að sunnan – aðalatriðið var að skapa tilbreytingu í hversdagslífinu. Aðalatriðið er að vera bara nógu mikil fígúra.

***

Þegar Kjartan kveikti loksins á sér undir lok dvalarinnar þá logaði hann. Þetta var síðasta helgin okkar og á fimmtudegi stakk hann upp á því að við notuðum ferðina og létum Dagga kaupa líka fyrir okkur í Ríkinu á Ísafirði, bara eina bokku til að halda upp á að vera að losna burt. Þetta var í fyrsta sinn sem hann opnaði munninn meðan á dvölinni stóð til að tala um annað en það sem viðkom vinnunni og við Palli féllumst strax á uppástunguna af einskærri gleði yfir því að hann hefði kveikt á sér á nýjan leik. Nú gat allt gerst. Allan þann dag kjaftaði hann og bullaði: hei sjáiði þessa kengúru þarna, hvernig hún labbar, muniði eftir þessu lagi, durududdudu, are you all so beautiful in Australia? can I see the bag on your stomach? hei Dúlli ertu ekki hress? Hann dansaði við stinginn. Hann sprautaði á okkur Palla þegar hann var að spúla. Hann fór í sleik við þorsk. Hann stakk upp á kvöldgöngu upp í fjall og þegar þangað var komið baðaði hann allt í einu út öllum öngum og hrópaði eins og lungun leyfðu: ÉG FÍÍÍLA SVO VEL ÞETTA ÍSLAND!!

Svo benti hann allt í einu ofan í svörðinn á agnarlítið rauðleitt blóm sem titraði í golunni og hvíslaði undurlágt: Sjáiði þetta blóm þarna, vitiði hvað það heitir á latínu? Þetta er minnsta blómið á Íslandi og það heitir Koenegia Islandica . . . Ég sagði: Ne-hei! Hann sagði: Jú-hú!

Ja-há! Kvöldið eftir lögðum við svo verbúðina undir okkur. Við dönsuðum milli herbergjanna, skúbabbídú, nú var komið að okkur að hrinda upp hurðum og heimta brennivín og sígarettur. Við töluðum samfleytt hver upp í annan, við Palli sættumst heilum sáttum og orguðum vinmælin hvor upp í eyrað á öðrum því við heyrðum ekki í sjálfum okkur fyrir dyninum í eyrunum. Hann trúði mér fyrir því að hann væri orðinn leiður á pólitík og öllum þessum sjálfvirku frösum. Við hlupum út á götu. Við hlupum inn aftur.

Skúbabbídú, hvað er kæti? Hún er angist: Kjartan var of kátur, hann talaði of mikið og söng of mörg lög í einu, var of flaumósa, stríddi hinum strákunum of mikið vegna þess að hann var ekki með sömu menntakomplexana og við, honum var alveg sama þótt hann hefði verið í menntaskóla: Hei Dúlli, féllstu í tólf ára bekk? Nú heitirðu ekki Dúlli? Hvað heitirðu þá? Heyrðu maður, ég hef ekki nokkurn áhuga á því að vita hvað þú heitir. Já reyndu bara að vera almennilegur sjálfur. Veistu hvað fimm sinnum þrír eru? Á ég að segja þér af hverju hann er alltaf bilaður þessi bíll þinn? Það er af því þú ert með svo lítið typpi.

Hamskiptin sem höfðu orðið á Palla voru saklaust

smáræði miðað haminn sem rann á Kjartan þessa nótt. Þeir flugu tveir á hann þegar þeir stóðust ekki lengur ertnina og hann trylltist. Hann fleygði þeim frá sér eins og koddum. Hann henti koddum. Hann henti stólum. Hann henti borðum. Hann braut rúður. Okkur Palla tókst að stöðva hann um síðir og koma honum út og við gengum með honum niður á höfn. Þar fór hann að hlaupa um, öskrandi og barði loftið eins og hann ætti sökótt við það – skuggabox, yrði þetta líf hans?

Við komum honum í rúmið undir morgun í rústunum sem eitt sinn voru herbergið okkar. Þar fór sumarhýran. Hann svaf í tvo daga. Á mánudegi fórum við suður.

Við ætluðum að fara til útlanda. Við héldum að Kaupmannahöfn væri meira í útlöndum en þetta huldumannaþorp.

Hafnar úr gufu hér

HVAR er bláminn frá í fyrra? Borgin geymir alla liti heimsins nema blámann frá í fyrra, blámann að heiman úr himninum og hafinu, blámann sanna, hér eru litirnir mengaðir og siðmenntaðir. Hér er allt gufa. Sandurinn er gufugulur. Múrsteinninn er gufurauður. En grasið er grænt eins og það sé jafnvel ekki gras og trén eru siðmenntuð á litinn eins og þau hafi verið til í mörghundruð ár . . . Og þegar borgin kveikir öll sín ljós á kvöldin eru þau taktföst; litirnir kalla á okkur, en ég sakna blámans.

Hvar eru fjöllin? Farin. Neflaus ásýnd. Fjalllaust frón. Bara indælu múrsteinahúsin sem kúra saman við bogadregnu göturnar, bara gömlu rauðu verksmiðjuhúsin yfirlætisleg af sögu; bara hágnæfar hallir úr stáli og gleri, yfirlætislegar af söguleysi. Og þessi stóru skilti með glaðlegum auglýsingum sem sýna heilbrigða sjálfsmynd lítillar þjóðar: við erum líka smört. Og gufan alltumlykjandi. Hús við hús við hús við hús og þau eru stór og lítil og löng og breið en það eru línur í borginni, það er hrynjandi í línunum. Það er taktur í ljósunum og litunum og niðurskipan húsanna. Fjöllin eru farin en hér er ekki flatt vegna þess að þetta er borg. Hér er ekki flatt vegna þess að hér er fólk.

Hér er svo þröngt.

Kjartan er að kynna sér það nýjasta í útlendri hugsun með því að fara í rússibanann og sporvagnana og vill fara hring eftir hring í þeim, segir: Þetta eru útlönd maður. Palli vill sitja á Rósu Lúxembúrg og finna sig með því að sjá aðra og hann vill heimsækja kommúnistasamtökin vegna þess að þegar hann hugsaði sig betur um var hann ekki orðinn leiður á sjálfvirku frösunum – en ég læt seiðast af lyktinni, megnri og sætri og holdlegri lyktinni af fólki, bílum, skít, brasi, neyð, dökkri lyktinni af borginni. Hér er fólk sem gengur hratt eftir götunni því það höndlar með stórar summur. Það er sæt og dauf lykt af því. Hér er fólk sem gengur án þess að snerta jörðina af því að það er svo fagurt, og lyktin af því flögrar í kringum það. Og þessi þarna á örugglega enga frænku í Hafnarfirði sem gefur honum að borða – þessi hlýtur að vera bakari í átjánda lið; ætli það sé ekki í lagi með beljakann þarna úr því að hann er með Mikka mús á bolnum; þarna er alvöru rauðsokka, alvöru bankastjóri, alvöru hippi: hér er fólk sem er einhvern veginn af því það er einhvern veginn – ekki af því það ákvað að gerast einhvern veginn, einsog við gerum. Þetta er útlönd, við komumst burt.

Burt? Eru þetta meiri útlönd en huldumannaþorpið fyrir vestan? Allt sem kom fyrir Ísland gerðist þarna. Ég vissi ekki um það þá en ég sé þetta núna: þarna er síkið sem er fullt af strákum eins og okkur og vesalings Jóni Eiríkssyni sem elskaði Ísland svo heitt. Þarna drakk Ögmundur Sívertsen, hann hafði fransós og elskaði ekki neitt. Þarna drakk Gestur, hann elskaði, þarna Gröndal, hann elskaði, þarna einhver Siggi – Siggi var úti og hann þorir ekki heim: Siggi varð úti. En aggagagg: þarna sátu þeir kynslóð af kynslóð Hafnar-Íslendingarnir og elskuðu Ísland; svo heitt elskuðu þeir Ísland að þeir sátu einmitt þarna og drukku staðfastir burt allar jarðirnar sem þeir áttu í vændum, bústofninn, framtíðina.

Og Jón Sigurðsson: þarna sat hann og skrifaði Félagsritin sem umboðsmenn hans á Íslandi sendu honum jafnóðum til baka með þeim orðum að Íslendingar vildu ekki kaupa, þótt þeir vildu gjarnan lesa, þeir sem sendu eitthvað til baka og létu sér ekki nægja að selja ritin án þess að senda krónu. Þarna sat hann, raunsæismaðurinn og íslenski frelsarinn og skrifaði í Félagsritin sín að vér ættum einkum að athuga tvennt: *ásigkomulag vort og ásigkomulag annarra þjóða, og meðan vér lærum ekki að meta hvort um sig nokkurn veginn réttilega, þurfum vér ekki að vænta, að oss auðnist framför sú og velgengni sem vér gætum annars náð.* Þarna sat hann vígreifur og skrifaði vinum sínum á Íslandi að *ef nokkuð hrærðist í lygnunni heima, þá væri nokkurs von, að ekki fúlnaði allt í sundur.* Þarna sat hann en ekki dugði neitt droll því hann þurfti að finna sjöl og hringi, beltisband, brjóstnál, eyrnahringi, Haarpynt: *það er eitthvert stáss sem brúkað er á hári eða um höfuð. Láttu vera elegant.* Þetta voru svörin sem hann fékk að heiman þegar hann skar upp herör. Því svo mjög elskaði þessi maður Ísland og Íslendinga að þeim fannst rétt að leyfa honum að finna hálsband og 3 „moderne Dame Brystnaale", hökul, 40-50 ljósapípur, grasfræ, pappír, bækur, blöð, öngla og salt, trjávið og hunda, láta hann fara með úrin í viðgerð, hafa upp á týndum koffortum, innheimta skuldir, líta til með sjúklingum, koma piltum í læri, útvega peninga, lána peninga, koma pósti í réttar hendur. Þeir vildu gjarnan lesa Félagsritin en ekki kaupa. Þeir vildu gjarnan leyfa honum að frelsa sig en eftirlétu Dönum að hjálpa honum. Líf hans allt var samfelld þjónusta . . . en önglar og salt, trjáviður og hundar? Hvaða þjóðfrelsisleiðtogi annar hefur þurft að kaupa fylgispekt síns lýðs með þvílíku snatti? Kæri Napóleón, við þekkjumst ekki en ég hef heyrt þín að góðu getið og gætirðu ekki komið þessu bréfi í réttar hendur . . . Kæri Mandela reddaðu handa mér strigaskóm, láttu vera elegant . . . Þetta var þjóð sem kunni að eiga sér leiðtoga. Hver hann var? Hann var sveitungi óþekktrar konu. Hann var standmynd sem steypt er í eir.

Hann var umheimurinn.

Hinir sem ekki höfðu þolgæði að liggja í Gamla sáttmála og leita uppi Hárpunt fengu ekki að vera þjóðfrelsishetjur og áttu það fyrir höndum að sitja einir yfir glasi í öngum sínum erlendis minnugir þess að í djúpinu glitrar gullið rauða og ljósa. Hafnar-Íslendingar! Þeir voru bæði Íslendingar og útlendingar. Og hvernig var nú farið að því að gerast útlendingar?

Dunganon kunni það. Konungur auðnuleysingjanna, erkilandeyðan sjálf, holdtekja Íslenska draumsins um að þú verðir dáður og virtur fyrir það sem þú ert einmitt ekki. Greifinn sem var beiningamaður og umrenningurinn sem var aðalsmaður. Hið eina sanna íslenska athafnaskáld sem skáldaði gjörvallan veruleikann, var bæði í hlutverki keisarans og klæðskeranna og enginn tímdi að taka að sér hlutverk stráksins leiðinlega sem eyðileggur allt með hvimleiðri ábendingu um nekt, allir í kringum hann tóku þátt í þessu leikriti, nema auðvitað Danirnir sem skildu ekki að maður gerist bara skáldsagnapersóna þegar annað bregst. Hver hann var? Hann var hetjan okkar. Hann var sá sem okkur dreymdi raunverulega um að líkjast, hann hafði látið okkar draum rætast. Líf hans allt var þjónusta – annarra við hann sjálfan.

Siggi var úti. Gíslieiríkurhelgi var úti. Þegar hann kom heim var hann próflaus og kunni litla dönsku; hann snýtti sér ennþá í puttana og hrækti í stofum, hugsaði um rollur og varð blindfullur hvenær sem hann gat. Og hafði þá ekkert breyst?

Að vísu. Hann hafði reynt það að vera útlendingur í nokkur ár. Hann hafði reynt að vera sveinn í djúpum dali. Og hann gleymdi auðvitað aldrei gráleitum augunum.

***

Hafnar í kófi hér. Nej vi er ikke eskimoer, vi er kimonoer. veistu það ég er að spá í að verða skipaverkfræðingur frekar en vélaverkfræðingur. ég ætla að fara að yrkja ljóð. ég ætla í myndlist. undskyld men er du en melle? ég þarf að æla. hei vá maður upphaf jarðarinnar. fáðu þér danskvand. pældu í eðli tímans. er allt búið? ég held ég sé að fatta eitthvað. mér finnst ég finna til. við skulum gera eitthvað, eitthvað saman ha, bara eitthvað. við erum skytturnar þrjár og þú ert Kjartagnan. þessi borg maður . . . vi islændinger vand engang jer fjorten-to i fodbold. í alvöru. ég þarf að æla. gerum eitthvað. þessi borg . . .

Hafnar á framfæri hér. Við erum þrír í litilli íbúð hérna á kollegíinu sem Danir hafa reist handa chilenskum og víetnömskum fórnarlömbum pyntinga – og íslenskum flóttamönnum. Sumir kalla sig vinnufælna og eru á flótta undan íslenskum dugnaði og komnir hingað í því skyni að leggja stund á atvinnuleysi. Hér eru flóttamenn undan atburðum og atburðaleysi, leiðindum, gjaldþrotum, víðáttu, veðri. Og þarna úti ráfa líka um annars konar og raunverulegri flóttamenn, Íslendingurinn gangandi á flótta undan örlögum sínum, kannski er maðurinn sem ók á foreldra mína einhvers staðar á rangli, ég sé mig ganga framhjá honum í Nýhöfn, ég sé mig sitja andspænis honum á Norðurbrú, ég finn að einhvers staðar rakst ég á hann. Við eigum að minnsta kosti í vændum að rekast á Sigþór. Það verður á Hvít og það mun ekkert fara á milli mála hver hér er á ferðinni. Hann verður umkringdur hlustendum. Alls staðar er flóttamaðurinn einmana, nema á Hviids Vinstue.

***

Eftir nokkra mánuði fórum við að vinna á stað sem kallaðist Pepes Pizzeria. Við Palli fórum í uppvaskið en Kjartan gerðist Pitsumeistari og var jafn sæll að sjá og þegar hann stóð í húsgrunninum forðum og var búinn að leggja nótt við dag til að rakka öllu timbrinu fyrir okkur Palla. Hann var bakari í engan lið en guð hafði gefið honum þessa gáfu, þessar hendur. Og þegar hann fékk að nota þessar hendur var hann sæll. Hann hnoðaði pitsudeigið og flatti og mótaði og henti svo kökunni hátt í loft upp og greip. Og greip. Hann var dökkur í hvítum bolnum, hvítar tennur í dökku andlitinu, svarta hárið í tagli og sveiflaðist yfir hvítum hálsinum. Ítali. Kjartanini. Staðurinn var alltaf fullur af dönskum smáskríkjum og þegar hann greip leit hann alltaf hissa og glaður upp til þeirra og sendi þeim tennur. Þær sögðu ji á dönsku: ij.

Eigandinn hét Erik og sat alla daga á kolli inni í eldhúsi og starði í gaupnir sér, fullur. Við kölluðum hann Eirík bjórvömb. Hann vakti á milli tíu og tólf á morgnana en það sem eftir var dagsins sat hann á sínum veldisstóli inni í horni í eldhúsinu með höfuðið niður í bringu. Hann var að hugsa. Það var kassi á dag. Af og til raknaði hann úr rotinu og leit furðu lostinn á okkur Palla þar sem við stóðum og spúluðum diskana eða dönsuðum í viskustykkjarælnum, svo fálmaði hann með annarri hendinni ráðvilltur til okkar og ég sagði: Ravn og Pelle, Islændingerne – og hann lét sig aftur síga, búinn að fá skýringu á þessum hvítu mönnum í uppvaskinu; opnaði Hof og fór að hugsa. Það var Helle konan hans sem rak staðinn og stjórnaði öllu með pilsaþyt og augnarýtingum. Hún gat verið um fertugt. Hún gat verið um fimmtugt. Hún gat verið um þrítugt. Kvenmynd eilífðarinnar: norn. Hún horfði með vanþóknun á skytturnar þrjár þegar við komum af atvinnumiðluninni og sendi okkur Palla umsvifalaust í uppvaskið og vísaði Kjartani til öndvegis við ofninn. Hún var alltaf hvöss við okkur, gaf snöggar fyrirskipanir með kokraust og endurtók þær óþolinmóð á ensku þegar við brugðumst ekki strax við þeim. Hún var breið og stælt, dökk yfirlitum og í miklu hárinu var einn grár lokkur; rósóttur kjóll og fleginn, digrir handleggir; andlitið virtist laust við hrukkur, það var unglegt en vitnaði samt um langt líf: lífsnautnin frjóva.

***

Þegar við höfðum verið næstum því ár í Kaupmannahöfn ákvað ég að fara heim þó að það væri fínt að vinna á Pepes Pizzeria kvöld og kvöld og eiga svo frí, fínt að liggja og lesa, sitja á bekk og vera að hugsa, fínt að labba aleinn inn í yfirgefnar bílageymslur um nótt og finna lyktina af borginni. Þótt við byggjum þarna þrír saman vorum við nánast hættir að hittast. Palli var kominn á kaf í einhverja neðansjávarmenningu og kom okkur hinum í opna skjöldu einn góðan veðurdag þegar hann mætti á staðinn með græna brodda á hausnum og í leðurjakka – þannig fór hann að því að gerast útlendingur og hann var farinn að tala með fyrirlitningu um Dani og allt danskt og sýndi engan áhuga lengur á fyrirlestrum mínum um örlög Íslendinga í Höfn gegnum aldirnar. Kjartan var farinn að fjarlægjast líka, við eyddum ekki lengur kvöldunum í að drekka bjór saman einhvers staðar og dásama allt í kringum okkur, við vorum ekki lengur bernskir yfir öllu sem við sáum, ekkert kom okkur lengur á óvart. Ég held ég hafi ákveðið að fara burt daginn sem ég kom of snemma heim og sá inn í svefnherbergið hans Kjartans. Ég finn ennþá hjartsláttinn sem dunaði í öllum líkama mínum; ég svitna ennþá. Hún var hjá honum, Helle, drottningin af Pepes. Þau voru í rúminu.

Það er afkáralegt að horfa á fólk í rúminu. Það er afkáralegt að standa svona í dyragætt og gægjast, þetta er afkáraleg athöfn í sjálfu sér þegar maður er ekki sjálfur á kafi í henni. Þegar eitthvað er ekki æsandi verður það hlálegt. Hann var ofan á henni og sneri bakinu í mig, hossaðist ofan á henni, upp og niður, másandi. Hún lá með handleggina út með síðunum, eins og krossfest, másandi. Hárið streymdi niður á gólf. Hún gat verið um hundrað og fertugt. Hún gat jafnvel verið um fertugt. Hún var eilíf. Ég stóð þarna í herbergisdyrunum og svitnaði. Þau sáu mig ekki og ég fór að hugsa: Það er skrýtið að horfa á fólk svona nakið – það verður svo nakið. Ég stóð heila eilífð, örugglega heila sekúndu og sá brjóstin bylgjast þung og lærin voru sterkleg þar sem hún spennti þau utan um líkama hans, þennan unga líkama hans, og hvatti hann áfram með hásu korri, enn að skipa honum fyrir, enn að hafa það gott af honum sem hún mátti, enn að láta hann nota þessar hendur. Þessar hendur. Lífsnautnin frjóva? Ég sá bara illsku í hreyfingum þeirra, þetta var eins og at, mér heyrðist vera andúð í korri hennar og mási hans; þau hömuðust við að hatast og ég laumaðist aftur út og kom ekki heim fyrr en seint, ráfaði um götur og hugsaði að þetta kæmi mér ekki við.

***

Þetta kæmi mér ekki við.

Ég sagði: Kannski ekki, en mér finnst þetta samt soldið lélegt. Ég meina, Helga og svona . . .

– Þú skilur ekkert. Hver ert þú að dæma eitthvað svona, þú hefur aldrei lifað neitt . . . og þetta kemur Helgu ekkert við, þegar ég fer heim þá . . .

– Hvenær ferðu heim?

– Bráðum. Helga hlýtur að skilja að maður þarf að finna sig áður en maður getur farið að festa sig eitthvað.

Ég kveikti í sígarettu og þagði, blés frá mér reyknum framan í hann. Hann reif til sín stokkinn og fór að kveikja á eldspýtum. Annar fótur hans gekk upp og niður. Við vorum á Hvít, höfðum ákveðið að skreppa í bæinn eins og til að ná aftur sambandi, það gufaði upp um leið og ég sagði honum að ég hefði komið að þeim. Hann reyndi ekki einu sinni að réttlæta sig. Hann nennti einfaldlega ekki að tala við mig, horfði á mig eins og ég væri eitthvað gamalt og úrelt.

– Þú varst alltaf að tala um að gera eitthvað, gera eitthvað saman, gera eitthvað nýtt, kynnast nýjum hlutum, þroskast til að verða svo frábær eiginmaður og faðir og mikill skaffari. Er þetta það? Að vinna á einhverri Pitseríu og ríða kellingunni?

Augu hans voru svört. Hann sat beint á móti mér. Hann drakk af glasinu sínu – hann horfði beint í augun á mér, með heift. Hann kláraði úr glasinu, setti það á borðið, lyfti svo eldsnöggt annarri hendinni og strauk henni eftir kinninni á mér, furðulega blíðlega. Svo sagði hann: Nei, Hrafn, þetta er ekki það.

Ég horfði á hann og svo brosti ég. Og hann brosti á móti. Svo leit ég í kringum mig og kom auga á íslensku altaristöfluna í horninu með öllum íslensku fyllibyttunum. Þar var þessi venjulegi hópur af íslenskum túristapílagrímum og hafði hátt. Einu sinni var Árni Pálsson . . . Einu sinni var Púlli . . . þá kvað Steinn þessa vísu . . . Einu sinni var Jafet í Efstabæ . . . Einu sinn var Hallgrímur gamli á Bakka í Efridal við sláttinn . . .

Gamli Hallgrímur? Ég leit snöggt á Kjartan. Hann leit á mig og sneri sér svo við. Þetta var há rödd og talið jaðraði við gjamm. Allir þögnuðu þegar hún hófst upp. Sögustund af Hallgrími gamla. Þrjár sögur. Allir taktarnir réttir. Hann var kinnfiskasoginn og kamelgrár á hörund. Hann var með þykk gleraugu og skökk kinnbein, hann var með sprungnar varir og hárstrýið var kamelgult. Hann sagði: Það var skemmtilegur strákur sem sagði mér þessar sögur, voða góður strákur, hann var alinn þarna upp í sveitinni. Við unnum einu sinni saman og það var alveg magnað skal ég segja ykkur að fylgjast með drengnum þegar frúin vinnuveitandans kom. Hún var voða svona dúllíræ, þið vitið. En þetta var alveg magnað, hann stífnaði alltaf upp og fór svo að snúast kafrjóður í kringum hana og hún alltaf svona voða svona eins og hún vissi ekki neitt. Og svona í þennan hóp sko, maður segir þetta bara í þennan hóp af því að við erum hérna á góðri stund eins og maður segir, sko, þá var nú eitthvað kyndugt við það þegar konan verður bara si svona ólétt upp úr þurru eftir bara held ég tíu ára hjónaband. Sisvona! Eitthvað var það nú ekki storkurinn vinir mínir. HA! Jæja, kæru landar og allir þér sem á mál mitt hlýða, SKÁL . . . hver þetta hafi verið? Það er maður nú ekkert að rifja upp í öðrum sóknum ha ha ha.

Ho ho ho. Svona hélt hann áfram að gefa í skyn og tala í hálfkveðnum vísum, og allan tímann sat Kjartan öfugur í sætinu sínu og horfði á hann. Sigþór leit upp. Kjartan horfði á hann. Þeir horfðust í augu, Sigþór leit undan. Þegar hann leit aftur upp var Kjartan horfinn. Ég sat einn eftir. Mér fannst ég finna til.

En með nóttinni kemur rigningin

Því hér er bara húm og ég sit í þessum stól við þetta kringlótta og endalausa glerborð með hausinn fullan af draugum og ísmolarnir hringla ekki einu sinni lengur og ég myndi fara að sofa ef ég fengi sofið, ef ég fengi hvílst. Var það í gær eða fyrradag sem þessi dagur var? Ég veit það ekki, en við vöknuðum öll snemma, litla fjölskyldan í stóra húsinu, ég og Helga og Óli litli og klæddum okkur í þjóðbúninginn, jogging-gallann, og eftir nokkrar upphitunaræfingar fórum við öll niður á Lækjartorg til þess að taka þátt í fjöldaaðgerðum. Þetta var ekki skrúðganga stúdentanna og upprennandi yfirstéttar eins og 1946 og því síður mótmælaganga krakkanna og upprennandi menntastéttar eins og 1974; þetta var maraþonhlaup. Og nú voru ekki allir einungis komnir til að sýna sig og vilja sinn og atgervi sitt með markvissum og einhuga hætti, hér var fólkið að hjálpast að við að efla atgervi sitt í keppni. Og það var samhugur í samkeppninni, en ekki sundrung í samhugnum eins og í Keflavíkurgöngunni: hér var ekki bara fallega æskan að sýna sig, loksins voru allir smiðirnir og múrararnir og húsmæðurnar með menntaaðlinum, og allir á jogging-galla. Og allir að drýgja hetjudáð, allir að hlaupa aðeins meira en þeir gátu. Sólin skein í Reykjavík og allir brostu og hjöluðu, loksins hafði þjóðin sameinast í eindrægni og einum búningi undir merkjum keppninnar. Og alla leið skynjaði ég aðeins sjálfan mig. Ég skynjaði ekki að ég væri hluti af stórri hreyfingu, lítilli hreyfingu, fjölskyldu – ég skynjaði hjarta mitt og slög þess, fæturna sem báru mig áfram, hendurnar sem gengu fram og aftur taktvisst. Ég skynjaði einungis bakið á næsta manni og að hann væri fjandmaður minn og vinur.

Um kvöldið hittumst við svo sjö sem öll höfðum hlaupið lengri eða skemmri vegalengd og sátum lengi kvölds kringum grófheflað eikarborð og mötuðumst og drukkum og töluðum. Við höfðum lengi þekkst, og aldrei ýkja náið. Við komum úr sömu átt og vorum á sama stað í tilverunni, áttum svipaða tilveru, við gátum talað um börn, slúðrað, masað, o já ég veit það, já hann já, einmitt hún sem. Við höfðum verið saman í skóla og við störfuðum öll við að miðla upplýsingum, skapa áreiti, búa til hungur, öllum hafði okkur verið ætlað að gera eitthvað annað og öll höfðum við þráð að verða eitthvað enn annað: Helga er á útvarpsstöð þar sem hún fer í Frúna í Hamborg við einmana húsmæður og krakka og ferð til Glasgow í verðlaun og svo spilar hún einhver lög, hún hefur þessa rödd en í vitund þjóðarinnar er hún bara hávaði á undan næsta lag – læknir? Af hverju fór hún ekki heldur að læra söng? Ég veit það ekki: Egill er frægur sjónvarpsfréttamaður sem enginn þolir; hann er ekki vel læs og les alltaf fréttirnar, það er það eina sem þjóðin umber í fari hans. Og Palli er listamaður sem enginn skilur og gerir auglýsingar sem höfða til allra en mér finnst alltaf að hann hefði átt að verða verkfræðingur. Steindór starfar við það að syngja við jarðarfarir sem hlýtur að vera einhvers konar miðlun líka og konan hans er í banka og ég – skáldið og tónameistarinn – ég starfa við að klippa út greinar um menningarmál sem síðan eru settar í möppur og seldar. Gott hjá mér. Kvöldið leið eins og öll önnur kvöld með þessu fólki við notalegt gjálfur og einhvern tímann kvöldsins tók Palli mig afsíðis og spurði mig hvort allt væri í lagi. Ég sagði: Já já. Ég laug að sjálfsögðu, ég gat ekki sagt honum að Kjartan væri að taka okkur Helgu á taugum með því að vera sífellt að hringja og masa inn á símsvarann okkar. Ég vildi ekki fara að endursegja rifrildin út af því að ég vildi alltaf hlusta á hann, meðan Helga vildi bara henda spólunni.

Þegar við komum heim kveikti ég svo á símsvaranum: Já halló, þetta er hjá Helgu og Hrafni og Óla og við erum ekki heima núna en ef þú vilt skaltu skilja eftir skilaboð eftir sóninn – Hæ þið, ég var að láta renna í baðið og datt í hug að bjalla . . .

***

Ég man hvernig hann stóð þegjandi í miðju herberginu meðan ég var að pakka, hvernig hann hafði tyllt puttunum í þrönga buxnavasana, hvernig hann steig ölduna, hvernig hann rótaði í hárinu og gretti sig, hvernig hann þagði. Hvernig hann geispaði og bandaði hendinni. Hvernig hann gekk út, hvernig hann kom inn aftur. Ég man hvernig hann horfði á mig þegar hann sat inni í stofunni með hendurnar á stólörmunum og ég vissi ekki hvort hann var að rannsaka mig með þessu augnaráði, eða fara fram á að ég rannsakaði sig. Við sögðum hvor öðrum alltaf satt, hann sagði mér alltaf frá öllum þessum Völum og Ásum og Siggum og ég svaraði honum alltaf eins satt og rétt og ég gat, við vorum fóstbræður. Við þögðum. Ég man hvernig hann stóð upp þegar ég sagði: Jæja þá er það búið, allt komið, best að drífa sig. Augu hans voru mjög svört. Ég sagði: Við sjáumst. Hann sagði: Já. Svo kom lyftan. Svo fór ég inn í lyftuna. Svo fór lyftan. Ég man hvernig skórnir hans voru óburstaðir og forugir, ég man hvernig þeir hurfu, allt fer.

Allt fer!

***

– Hvað gaf frúin í Hamborg þér?

– Hún gaf mér bíl.
– Fíl?
– Ha ha, ekki það, bíl.
– Og hvernig var hann á litinn?
– Hann var rauður.
– Var hann rauður?
– Hann var rauður.
– Ekki blár?
– Uh . . . ekki.
– Og var hann stór?
– Lítill var hann, bara svona lítill.
– Og langar þig til Glasgow?
– Já . . . úps . . . guð . . .
– Ha ha, þarna lék ég á þig. Og það er annar hlustandi á línunni – hvað gaf frúin í Hamborg þér?
– Helga . . .
– . . . við skulum fá næsta hlustanda: hvað gaf frúin í Hamborg þér?

***

Hún gaf mér alla þessa takka sem ég get notað að vild minni. Ég þarf ekki nema að teygja mig í takkann og ég heyri þetta: þessa djúpu og skörpu rödd sem hljómar eins og henni sé það virkilega mikils virði að fá að tala við þig um gjafir frá frúnni í Hamborg og breytir svo einarðlega æ-i í a og au-i í ö. Og ég þarf ekki nema að pota í hinn takkann og spólan snýst og ég heyri þessa rödd sem liggur svo undarlega hátt eins og hann hafi aldrei farið í mútur, sem hrifsar í þig og dregur þig til sín, inn í hring sinn. Og ég þarf ekki nema að teygja mig aftur og ég get slökkt. Ég þarf ekki að heyra þetta. Ég skil ekki hvers vegna ég féllst á að kaupa þennan símsvara og því síður hvers vegna ég féllst á að tala inn á hann. Ég þoli ekki símsvara. Það er ekki hægt að segja halló í hann, það er ekki hægt að kveðja. Það er ekki hægt að tala í hann vegna þess að maður er ekki að tala við neinn, ekki einu sinni sjálfan sig, maður heyrir allt í einu í sjálfum sér – það er eftir Kjartani að geta malað svona við símsvara tímunum saman.

En með nóttinni kemur rigningin og ég þarf ekkert að hlusta á neinn, ég má alveg vera einn. Ég er einn. Allt er slökkt; bara húm, bara reykslæðurnar og húmið, bara bláminn, blái blái bláminn. Ég ætla ekki að hlusta á þetta lengur. Ég ætla ekki að hugsa neitt lengur. Ef ég gæti hvílst, ef ég fengi sofið . . . Ég ætla að hlusta á það hvernig ísmolarnir hringla í glasinu, en það er bara einn ísmoli eftir, hann hringlar ekki, ég held hann tísti, ekkert klirr klirr lengur, allt fer . . . með nóttinni kemur rigningin og þá get ég heyrt hana. Allir þessir takkar. Ég sem stærði mig af því að kunna ekki á vélar og hatast við nýlundur. Líf mitt er orðið að stjórnstöð.

Ég sveik hann. Þegar ég kom heim frá Kaupmannahöfn langaði mig ekki í einn einasta bjór, ekki einn reyk. Mig langaði að búa í dálítilli íbúð og það væri sófi og það væri stóll og það væri samvera, það væri tilvera. Ég vissi auðvitað ekkert um það þá, ég hélt að ég vildi verða skáld og var að bíða eftir setningum sem kæmu þegar lífið myndi hefjast, ég var mjög ungur.

Ég hringdi í Helgu og bar henni kveðju Kjartans. Ég sagði henni að hann hefði beðið mig um það, hann hefði beðið mig um að segja að hann væri alltaf að hugsa um hana en hann kæmist ekki strax heim, hann myndi skrifa fljótlega eða hringja og útskýra málið.

Ég laug.

Hún heyrði það og bað mig að koma. Ég fór til hennar og hélt fast við fyrri framburð. Hún gaf mér te og horfði á mig með þessu augnaráði sem sagði: þú ert þú. Hún hafði horast. Hárið hafði síkkað, augun blánað, varirnar voru fölrauðar, hún var í rauðri golftreyju, undir stól hringaði sig gamall köttur, mér heyrðist hann hrjóta og hugsaði í svip: skyldi vera gaman að vera köttur? – í glugganum róaði órói. Hún fiktaði í hárinu meðan hún talaði. Hún sagði mér að læknisfræðin væri ekki fyrir sig. Hún ætlaði í hjúkrun. Hún sýndi mér vögguna þar sem litli strákurinn lá. Hann hét Ólafur. Hann svaf. Hún sagði að þegar hann myndi stækka ætlaði hún að fara með hann út í heim að ferðast og hjúkra, út um allt, eitthvað. En Kjartan? spurði ég. En Kjartan? spurði hún og meinti: hvaða Kjartan, hver er það? Ég kláraði úr tekrúsinni og kvaddi. Hún fylgdi mér til dyra. Hún angaði af blómum.

Þegar ég kom heim gekk ég um allar hæðirnar í húsinu, þessu stóra húsi sem við afi áttum. Sem ég var að eignast. Afi var á spítala þegar ég sneri aftur til landsins, það frétti ég hjá foreldrum Palla sem höfðu farið á stjá þegar þau höfðu ekki séð gamla manninn í sínum daglega göngutúr í þrjá daga. Þau höfðu hringt og bankað og lagst á glugga – svo skreið pabbi hans Palla inn um gluggann í kjallaranum og tók kannski eftir því að ég hafði ekki einu sinni tæmt öskubakkana þegar ég fór út til Danmerkur, og hvað þá gengið frá óhreinum sokkum og nærbuxum. Svo fór hann upp á aðra hæð, upp í stofuna þar sem logaði á einum lampa í einu skotinu. Afi lá á grúfu bak við stólinn, hægindastólinn minn, þar sem ég sit núna – hann lá í skugganum bak við stóra stólinn sinn í náttfötunum og ég sé þetta: ég sé skeggbroddana á andliti sem er svo hvítt og slakt á kinnbeinum, ég sé augu sem eru opin og virðast haldin, ég sé beinabera og gula höndina sem er kreppt eins og það sé með henni sem hann heldur um lífsneistann. Þegar ég kom svo á spítalann þekkti hann mig ekki. Hann horfði á mig allan tímann. Hann dó mánuði seinna. Hann dó í miðjum heimsóknartíma. Opnaði augun og leit í kringum sig eins og hann sæi loksins. Hann sá stól. Ég var einhvers staðar.

Sumarið leið og hún angaði af blómum þegar ég hitti hana, einu sinni, tvisvar, þrisvar, alltaf. Kjartan var ennþá úti en hann skrifaði ekki og hringdi aldrei; Palli hringdi hins vegar. Sigríður var komin til hans og saman ætluðu þau til Amsterdam þar sem hann ætlaði að læra myndlist, en hún félagsráðgjöf. Já en þú hefur ekkert lært, sagði ég: þú kannt ekkert. Þetta er svona opinn skóli, sagði hann eins og það væri eitthvert svar.

– Hvað með Kjartan? spurði ég.

– Hvað með hann? svaraði hann.

Hvað með hann? Ég fór í heimsókn til mömmu hans til að grennslast fyrir um það. Stúlkurnar með boltann voru á sínum stað og brúðkaupsmyndin af Óla þótt hann væri einmitt að skilja og búa sig undir þriggja ára fyllerí, en bækurnar voru horfnar úr hillunum; þurrkuð blóm voru komin í staðinn. Hún hafði gránað, en ekki gildnað. Hún var ungleg og hrukkurnar kringum augun gerðu það að verkum að það var eins og hún væri síbrosandi. En hún var það ekki, hún brosti ekki lengur, hún dró hring utan um sig með tali. Hún þagnaði ekki meðan ég sat þarna, settist ekki nema rétt í svip fremst á stólbríkina, var á sífelldu spani milli eldhússins og stofunnar að skurka í pottum, sýsla við blóm, rétta við myndir, laga púða, færa til gluggatjöld. Hún bauð mér kaffi og bar fram marmaraköku. Ég veit ekki hvort hún var að brosa þegar ég spurði hvernig hún hefði það – ég fann bara að þetta var ekki spurning sem ég átti að leggja fyrir hana. Hún sló í púða. Ég spurði hana hvort hún hefði heyrt frá Kjartani. Hún sagði: Nei en þú? og strauk borðplötuna. Ég sagði að hann hefði verið mjög hress þegar ég fór og ánægður með lífið og tilveruna, hann hefði virkilega fundið sig. Hún spurði: Í hverju helst? Ég umlaði eitthvað um að hann ætlaði í verkfræði. Hún bandaði hendinni og ég tók eftir því að litli puttinn var næstum jafn langur og baugfingur þar sem hringurinn var enn, og úlnliðurinn var mjór og hún hreyfði hendurnar út, hún var með útskeifar hendur.

Eins og Helga sem angaði alltaf af rósum þegar ég hitti hana, ég fann það betur og betur vegna þess að í hverri heimsókn kom ég nær og nær. Þegar ég snerti hana í fyrsta sinn kom ég við hárið hennar og hún vatt sér undan snertingunni en lyfti svo strax hendinni og tók um mína hönd og þrýsti, smeyk. Ég sagði við hana að ég hefði sett saman ljóð um hana og spurði hvort ég mætti fara með það. Hún brosti og var ekki alveg jafn smeyk. Svo muldraði ég einhverja vitleysu um blóm og kött og óróa og hún hélt áfram að brosa og var hætt að vera smeyk en auðvitað myndi hún aldrei treysta mér, auðvitað myndi hún aldrei framar treysta neinum.

Stundu síðar var ég farinn að anga af blómum.

***

Við höfum átt okkur tilveru, það er barn, hús, bíll, stólar, fiskur í matinn, læri, sjónvarp, glerborð. En ég hef verið að bíða eftir því að lífið muni hefjast. Fyrstu árin okkar töluðum við stundum saman í einlægni en seinna komst ég að raun um að hún bjó með mér til þess að hegna Kjartani eða til þess að vera í friði. Kannski þótti henni vænt um mig eins og köttinn sinn, hún strauk mér stundum um hárið og mér fannst það gott. Við áttum okkur þó að minnsta kosti tilveru og höfðum eitt og annað á prjónunum, það voru ýmsar ráðagerðir. Ég innritaðist í sagnfræði eitt árið, stjórnmálafræði annað, heimspeki, íslensku. Hún byrjaði í hjúkrun og hætti, féll á inntökuprófi í Leiklistarskólann og tvisvar á inntökuprófi í Myndlistarskólann, byrjaði aftur í hjúkrun og kláraði hana loks. Fékk svo vinnu á útvarpinu, labbaði sig þangað og fór í próf og allir heyrðu að þessi rödd átti að tala við þjóðina um lítilsverða hluti eins og þeir væru mikilsverðir. Það var eindrægni með okkur; við vorum sammála um margt. Við vorum sammála um að ímynda okkur margt. Við áttum heilt hús. Við áttum lítinn Óla sem aldrei hlýddi og alltaf var á fartinni – við áttum hann.

Þegar ég lít um öxl og hugsa um þessi ár okkar saman – ýsa í matinn, inniskór, ísskápur, sjónvarp, bíll, vinir – þegar ég hugsa mig allt í einu um þá átta ég mig á því að einhvern tímann gerðist það að ég hætti að bíða eftir því að lífið myndi hefjast.

***

Kjartan var þrjá vetur úti og þegar hann kom heim hringdi hann ekki, hann kom ekki í heimsókn, hann hafði ekkert samband – milli okkar lágu ósýnilegir vírar sem um streymdu gagnkvæm skilaboð um að talast ekki við, heilsast ekki á götu. Var hann reiður við mig? Var ég reiður við hann? Ég veit það ekki. Hann virtist ekki einu sinni hirða um að hann átti lítinn son og eftirlét mér að spjalla við hann um stjörnurnar á himninum, skeina honum, hlaupa á eftir honum út um allar götur, hugga hann, eftirlét mér hann. Takk. En smám saman fór hann að sjást. Ég fór að heyra um hann. Þessar hendur? Nei – það kom á daginn að hann vissi allt um tölvur. Hann bjó til forrit og seldi um allan heim. Blaðamenn voru heillaðir af ímynd hans, hárinu, höndunum, skringilegum orðskviðunum, þögnum hans og skyndilegum orðaflaumi. Ég vissi að hann bjó með Ásu, stelpunni sem ég hafði fyrir mörgum árum hrifist af vegna þess að mér þótti hún hreyfa sig svo fallega þegar hún var að tala við heyrnarlausan bróður sinn. Svo slitnaði upp úr því. Það var slúðrað um hann. Hann hefði sést með þessari og þessari, hann væri hommi, hann væri ekki svona klár tölvumaður, hann væri klárasti tölvumaður landsins, hann væri á samning hjá risafyrirtæki, atvinnumaður í fótbolta stæði á bak við hann, þetta væri allt húmbúgg. Hann var mikið á diskótekunum og börunum og kokteilunum. Hann var stjarna. Hann var kallaður spútnik. Hann var kosinn eftirsóttasti piparsveinn landsins. Hann var alltaf í blöðunum í þessum dálkum þar sem sýnt er frá merkisafmæli merkispersónu og myndatextinn er alltaf um að hér beri eitthvað skemmtilegt á góma hjá þeim Kjartani Sigurðssyni og Kristófer Torfdal . . .

Ég er með það fyrir framan mig þetta fína tímarit þar sem hann kemur til dyranna eins og hann var aldrei klæddur og talar um köllun sína og íslenskt efnahagslíf sem sé í dróma og þurfi nýjan vindsveip og um konur eins og ég heyrði hann aldrei tala og blaðakonan hefur eitt og annað eftir *þekktum manni í viðskiptalífinu* og *konu úr listaheiminum* um hann og dásamar það hversu smekklega innréttað sé hjá honum og spyr í annarri hverri setningu: En hver er hann, maðurinn á bak við gervið? eins og slíkt sé til, eins og við séum eitthvað annað en gervin. Hann kvartar undan því að vera á milli tannanna á fólki og segir að slúður skipti sig ekki máli, talar samt ekki um annað, eins og hann þrái ekkert annað.

Einhvern tímann gerðist það að hann hætti að vera Kjartan Sigurðsson og varð einhver allt annar maður. Hann bjó til úr sjálfum sér einhvern tímaritamann, gerðist týpa. Það var eitthvað sem hann vildi og ég komst aldrei að því hvað það var, ef til vill gaf ég því ekki nægan gaum, en þegar ég las við hann þetta viðtal þá hvarflaði að mér að munurinn á honum og pabba hans hafi verið sá að pabbi hans vildi þrátt fyrir allt vera trúr yfir litlu því hann yrði þá settur yfir mikið, en Kjartan vildi vera ótrúr yfir miklu. Ég gat ekki ímyndað mér að hann vissi jafn mikið um tölvur og hann lét. Hann hafði bara þessar hendur, guð hafði gefið honum þessar hendur gerðar til að laga allt úr öllu, gera við bíla, smíða, hnoða, skrúfa og losa en honum nægði það ekki, hann hirti ekki um það, hann gerðist greifinn af sánkti tölvu vegna þess að hann var hugfanginn af nýlundunni, nútímanum og vissi að okkur ber að setja upp leikrit sem fólkið vill, og bankastjórarnir vilja fjármagna. Hann setti því upp þetta leikrit um velgengni og tölvusnilld. Velgengnin felst í að leika hana.

Kannski skipti það engu máli. Þegar hann fór að hringja í okkur fyrir nokkrum mánuðum þá fann ég að umskipti höfðu orðið á högum hans. Hann hringdi bara þegar enginn var heima, það var eins og hann hefði vörð um húsið. Hann talaði ruglingslega og samhengislaust og virtist ölvaður oftast eða dópaður, hann drafaði. Ýmist var hann fullur beiskju út í okkur Helgu, stundum bara mig fyrir að svíkja hann, stundum bara hana fyrir að draga mig á tálar. Hann minntist aldrei á sín eigin svik. Hann talaði oft um pabba sinn og það var engu líkara en að hann hefði fengið hann á heilann. Hann vildi ekki trúa því að hann hefði gengið í sjóinn, sagði hvað eftir annað að það hefði hann aldrei gert, hann hlyti að hafa farið til Suður-Ameríku eða eitthvað, hætt að drekka, byrjað nýtt líf. Hann talaði um það þegar hann var lítill undir sæng. Hann talaði um vin sinn í barnaskóla sem hann fór að ofsækja, hann talaði um bróður sinn. Hann talaði um það hvernig allt fer. Hann minntist aldrei á mömmu sína og það hvarflaði að mér að hann byggi hjá henni. Um þetta leyti fór hann að hverfa úr blöðunum og maður fór að heyra sögur af því að ef til vill væri tölvufyrirtækið hans ekki jafn mikið spútnikfyrirtæki og allir höfðu haldið. Fávísir bankastjórar hefðu dælt í hann peningum, hann hefði kjaftað þá til án þess að hafa nokkuð raunverulegt í höndunum. Gott hjá honum – hann sneri á þessa menn sem hentu föður hans eins og drasli.

Það var í mars sem við hittumst. Ég var að keyra heim og hlusta á Helgu í útvarpinu. Hún var að spila Bítlana. Ég hljómaði alveg eins og John, og það skrýtna var að í næsta lagi hljómaði ég alveg eins og Paul. Ég vissi að ég var á rangri hillu í lífinu. Hann veifaði mér á Hverfisgötunni. Ég þekkti hann undireins.

Hann kom upp í. Ég slökkti á útvarpinu. Hann sagði: Hæ froskur. Ég glotti. Hann var í einhverjum fínum fötum. Hann var sólbrúnn. Hann lyktaði af peningum. Við sátum þarna á miðri Hverfisgötunni, ég undir stýri og hann við hliðina á mér og þögðum. Hvað var hægt að segja? Áttum við að tala um Helgu? Um Pitsudrottninguna? Um bisness?

Við fórum að tala um fótbolta. Hann stakk upp á því að við færum á krá og þegar þangað var komið inn settumst við út í horn og sögðum hvor öðrum satt.

***

Við sögðum hvor öðrum alltaf satt. Það var áskilið. Það mátti svíkja, fara á bak við, þegja, hatast, en það átti alltaf að segja satt. Hann sagði mér að þessi Helle í Pepes Pizzeriu hefði náð tangarhaldi á sér, hann hefði verið veikur fyrir, ringlaður, of ungur og áhrifagjarn og þegar hann hefði komið heim og ætlað að fara að vera með öðrum konum hefði hann ekki getað það: Þetta var ferlegt maður, ég bara náði honum ekki upp þegar ég ætlaði að fara að sofa hjá þeim og . . . þú getur ekki ímyndað þér . . . nú er ég kominn í frí frá kvenfólki, læt það alveg eiga sig, hún fór alveg með mig þessi kelling. Ég spurði um viðtalið: Það var bara snakk, sagði hann, svona blaður sem bankastjórar vilja heyra frá ungum mönnum með mörg járn í eldinum. Umsvifin? Hann hafði kynnst strák í Kaupmannahöfn sem virtist vita allt um tölvur og sjálfur hafði hann sett sig nægilega inn í þetta til að segja bankastjórunum frá þessu, hann hafði tekið að sér það sem hann kallaði markaðssetninguna sem hafði gengið svona líka vel. Hann sagðist hafa mikla trú á þessum manni og honum hefði tekist að þróa forrit til að nota í sjávarútvegi og hann hafði hitt ýmsa menn í útlöndum sem höfðu látið líklega. Meðan hann talaði um þetta þekkti ég hann aftur, hann baðaði út höndunum og ljómaði allur af ákefð.

Við fengum okkur annan og töluðum svolítið um fótbolta. Og annan. Við töluðum ekki um símtölin, ekki heldur um Helgu, hann spurði ekki eftir Óla, ég minntist ekki heldur á hann. En ég hugsaði mig ekki einu sinni um þegar ég skrifaði svo upp á fyrir hann, mig vantar bara eitthvert nafn, sagði hann: ég vil að það sé einhver sem ég þekki, einhver vinur minn. Það gladdi mig á einhvern máta að fá að skrifa nafnið mitt fyrir hann. Þegar ég staulaðist bíllaus heim um miðnættið var Helga farin að sofa. Ég vakti hana til að segja að ég elskaði hana. Hún rifaði augun og brosti umlandi.

***

Og þegar við komum heim í fyrradag eftir veisluna og ég kveikti á símsvaranum þrátt fyrir mótmæli Helgu komst ég að því að allt fer – þetta mun allt fara. Húsið fer á uppboði, allar mínar eigur, allt. Hann sagði okkur þetta meðan hann lét renna í baðið. – Þú hefðir ekki átt að skrifa upp á hjá mér elsku froskurinn minn, sagði hann: Hvorugt ykkar átti að treysta mér, skiljiði. Hann sagðist vera búinn að klæða sig úr og vera farinn uppí baðið. Mikið er það hlýtt, sagði hann. Hann sagðist vera einn heima núna, mamma hans hefði farið í heimsókn út á land. Hann sagðist vera búinn að brýna hnífinn lengi.

Hann sagðist vera með símtólið undir hökunni. Hann héldi á hnífnum. Hann sagði: Núna sker ég. Ég hljóp af stað út í bíl og keyrði í loftköstum heim til mömmu hans. Ég hringdi á bjöllunni niðri og enginn ansaði, ég hringdi í næstu íbúð og vakti upp, æpti í dyrasímann. Ég ruddist upp stigann og fann fyrir strengjunum eftir hlaupið. Ég sparkaði upp hurðinni. Íbúðin var dimm. Forstofan var full af dagblöðum. Það vantaði peru í ljósið. Líka í stofunni. Í eldhúsinu voru matarbakkar og hálfétin pizza á borðinu. Bláar bjórdollur. Ruslafatan var á hvolfi. Það var lokað inn á bað. Ég opnaði og kveikti. Ég slökkti og lokaði.

Allt fór.